கற்பகமலர்

(திருக்குறளைப் பற்றிய கட்டுரைகள்)

கி. வா. ஜகந்நாதன்

Title: Karpagamalar

Author: Ki. Va. Jagannathan

Language: Tamil

First Published on: 1964

Year of Publication: 2025

Book Format: Paperback

*Page Size: 6inch * 9inch*

Category: Essays

Subject: Literary Essays

No. of pages: 126

ISBN: 978-81-989085-8-2

Published by: Nilan Publishers, Madurai, Tamilnadu, India

பொருளடக்கம்

குறிப்புகளுக்காக

பதிப்புரை

எழுத்தாளர்கள் ஒன்று கூடித் தங்கள் நூல்களைத் தாங்களே வெளியிட்டுக் கொள்ளத்தக்க வகையில் ஒரு நிறுவனம் இருந்தால், பல நல்ல வெளியீடுகளைக் கொணரவும் எழுத் தாளர்களுக்கு நலம் செய்யவும் இயலும் என்ற எண்ணத்தினால் சில எழுத்தாளர்கள் சேர்ந்து தொடங்கியது தமிழ் எழுத்தாளர் கூட்டுறவுச் சங்கம். நல்ல புத்தகங்களைப் படிக்க வேண்டும் என்ற ஆர்வம் தமிழ் மக்களிடையே இப்போது மிகுதியாக உண்டாகி வளர்ந்து வருகிறது. பல் பல வெளியீட்டாளர்கள் புத்தகங்கள் பலவற்றை வெளியிட்டு வருகிறார்கள். அதனால் ஓரளவு எழுத்தாளர் சிலருக்கு ஊதியம் கிடைக்கிறது. ஆயினும் எழுத்தாளர்களின் பொருளாதார நிலை இன்னும் உயரவில்லை. பல நல்ல எழுத்தாளர்கள் தங்கள் புத்தகங்களை வெளியிட வாய்ப்பு இல்லாமல் திண்டாடுகிறார்கள். கிடைக்க வேண்டிய ஊதியம் கிடைக்காவிட்டாலும் அவசியத்தை முன்னிட்டுப் பலர் கிடைத்ததைப் பெற்றுப் புத்தகங்களை விற்று விடுகிறார்கள்.

இவ்வாறு உள்ள நிலையை ஓரளவேனும் மாற்ற வேண்டும் என்ற எண்ணத்தோடு எழுந்தது இந்தக் கூட்டுறவுச் சங்கம். வேறு மொழியாளர்களிடையே இத்தகைய சங்கம் இருப்ப தாகவும் அதனால் எழுத்தாளர்களுக்கு நலன் உண்டாவதாகவும் தெரிய வருகிறது.

கூடிய வரையில் நல்ல நூல்களை வெளியிட வேண்டும் என்பது இந்தச் சங்கத்தின் கொள்கை. இதற்கு அரசியலாரின் உதவியும் பொது மக்களின் உதவியும் இன்றியமையாதவை. ஏழைகளாகிய எழுத்தாளர்கள் தங்கள் புத்தகங்களைத் தங்கள் பொருளைக் கொண்டே வெளியிடுவது என்பது இயலாத காரியம். ஆகவே இந்தக் கூட்டுறவுச் சங்கத்துக்கு எத்தனைக்கு எத்தனை அரசினருடைய ஆதரவு இருக்கிறதோ, அத்தனைக்கு

அத்தனை எழுத்தாளர்களுக்கு ஆக்கமும் தமிழ் மக்களுக்கு நல்ல புத்தகங்களும் கிடைக்கும்.

பணமாக உதவுவதோடு தங்கள் ஆட்சியிலுள்ள நிறுவனங்களில் இந்த வெளியீடுகளை வாங்கச் செய்து ஆதரிக்கும் வண்ணம் அரசினர் செய்ய வேண்டும் என்பது இந்தச் சங்கத்தின் வேண்டுகோள்.

பொது மக்களும் இந்தச் சங்க வெளியீடுகளை வாங்கி ஆதரிக்க வேண்டும். 'தமிழ் உறவு' என்ற அழகிய அடையாளக் குறியையுடைய சங்க வெளியீடுகள் தமிழ்நாட்டின் புத்திலக்கியப் படைப்பின் கொழுந்துகளாக நிலவ இச் சங்கம் முயலும் என்று உறுதி கூறுகிறோம்.

வளர்ந்து வரும் சமுதாயத்தில் எத்தனை பதிப்பகங்கள் இருந்தாலும் அறிவுப் பசியைப் போக்கும் துறையில் மிகையாவதில்லை. ஆகவே இந்தச் சங்கம் பிற பதிப்பகங்களின் ஆதரவையும் எதிர்பார்க்கிறது. அவற்றின் உரிமையாளர்கள் இவ்வெளியீடுகளையும் தங்கள் புத்தகங்களாகவே எண்ணி விற்பனை செய்து நலம் புரிவார்கள் என்று நம்புகிறோம்.

நல்ல வகையில் நல்ல புத்தகங்களை வெளியிட முன்வந்திருக்கும் இந்தச் சிறிய நிறுவனத்திற்கு அரசாங்கம், எழுத்தாளர்கள், பதிப்பாளர்கள், பொது மக்கள் எல்லாருடைய ஆதரவும் இன்றியமையாதது. இந்தக் குழந்தை வளர்ந்தால் தமிழ் நாட்டு எழுத்தாளர் நிலை வளரும்.

அவர்கள் நிலை வளர்ந்து உயர்ந்தால் தமிழ்மக்களுக்கே பெருமை உண்டாகும் என்பதைச் சொல்லவும் வேண்டுமா?

தமிழ் எழுத்தாளர் கூட்டுறவுச் சங்கத்தார்

முன்னுரை

சென்ற ஆண்டு திருக்குறள் ஆராய்ச்சிப் பதிப்பு ஒன்றை வெளியிட்டேன். அந்தப் பதிப்புக்காக ஐந்து ஆண்டுகளுக்குமேல் திருக்குறளையும் அதன் உரைகளையும் ஆழ்ந்து ஆராயும் வாய்ப்புக் கிடைத்தது. திருக்குறளில் உள்ள பல நுட்பங்களையும் கவிச்சுவையையும் உணர்ந்து இன்புற்றேன்.

கடவுளைப்பற்றியும் தேவர்களைப் பற்றியும் சொர்க்கம், நரகம், வீடு என்பனவற்றைப் பற்றியும் திருவள்ளுவர் கூறும் செய்திகளைத் தொகுத்துப் பின்னிச் சில கட்டுரை களை எழுத வேண்டும் என்ற எண்ணம் தோன்றியது. அதனால் இந்தப் பதினான்கு கட்டுரைகளையும் எழுதிக் 'கலைமக'ளில் வெளியிட்டேன்.

திருவள்ளுவர் கடவுள் வாழ்த்துப் பாடவில்லை என்று யாரோ சிலர் கூறுவதாகக் கேள்வியுற்றதுண்டு. தெய்வத்தைப் பற்றிய கவலை அவருக்கு இல்லை என்பதைக் காட்டவே அந்தக் கருத்தை அவர்கள் சொல்வதாகவும் தெரிந்தது. கடவுள் வாழ்த்தை எடுத்து விட்டாலும் வேறு பல இடங்களில் இறைவனைப் பற்றியும் பற்றற்று வீடுபெறும் நெறியைப் பற்றியும் அவர்கூறும் பாடல்களை என்ன செய்வது? தெய்வத்தைப் பற்றிய செய்திகள் மூன்று பால்களிலும் வருகின்றனவே! கடவுள் வாழ்த் தில் மட்டும் அன்றி வேறு இடங்களிலும் இத்தகைய கருத்துக்கள் வருவதை இந்தச் சிறிய நூலிலுள்ள கட்டு ரைகள் தெளிவாகப் புலப்படுத்தும்.

சொல்லும் கருத்தை யாவரும் எளிதில் உணர வேண்டும் என்பதற்காக அங்கங்கே பல உவமைகளைக் கூறியிருக்கிறேன்.

பரிமேலழகர் உரையிலும் பிறர் உரைகளிலும் காணும் பகுதிகளைச் சில இடங்களில் எடுத் துக் காட்டியிருக்கிறேன். தொல்காப்பியம் முதலிய பழந் தமிழ் நூல்களிலுள்ள மரபை

எடுத்துக் காட்டியதோடு, தேவாரம் முதலிய அருளாளர் திருவாக்குகளில் திருக்குறளின் சொல்லும் பொருளும் புகுந்து விளங்குவதையும் சொல்லியிருக்கிறேன்.

திருக்குறளை வெவ்வேறு வகையில் ஆராய்ந்து எழுதலாம். வாழ்க்கையின் வகைகளைத் திருவள்ளுவர் எப்படி நுட்பமாகத் தெரிந்து உணர்த்தியிருக்கிறார் என்பதையும், மனிதப் பண்பையும் மனிதனை உயர்த்துவதற்குறிய நெறியையும் இடமும் காலமும் கடந்து எல்லாச் சமுதாயத்துக்கும் பயன்படும் வண்ணம் அவர் எவ்வாறு காட்டியிருக்கிறார் என்பதையும், இவை போன்ற பலபல பகுதிகளையும் ஆராய இடம் இருக்கிறது. திருக்குறளை ஆழ்ந்து பயிலும் அறிஞர்கள் அவ்வாறு எழுதப் புகுவார் களானால் எத்தனையோ நல்ல புத்தகங்களை பெறலாம்.

காந்தமலை
கல்யாண நகர்
சென்னை - *28*

கி.வா.ஜகந்நாதன்

2-10-1964

கற்பக மலர்

அமுதம், கற்பகம், காமதேனு, சிந்தாமணி ஆகியவற்றை நாம் நேரில் அறியர்விட்டாலும் நம்முடைய பேச்சிலும் எழுத்திலும் அடிக்கடி அவை அடிபடு கின்றன. மிகவும் சுவையுள்ளதாக இருந்தால், "அமுதம் போல இருக்கிறது" என்று சொல்லுகிறோம். அமுதத்தைப் பற்றின கதை நமக்குத் தெரியுமேயன்றி அதை யாரும் கண்டதும் இல்லை; சுவைத்துப் பார்த்ததும் இல்லை. பூமத்திய ரேகை அல்லது நில நடுக்கோடு என்ற ஒன்றைப் பூகோள நூலில் அடிக்கடி படிக்கிறோம். நாடுகளின் வெப்பதட்ப நிலைகளையும் அவற்றின் அமைப்புக்களையும் தெரிந்து கொள்வதற்கு அந்த நடுக்கோட்டை வைத்துக் கணக்குப் போடுகிறோம். ஒருவன் அதை நேரிலே போய்ப் பார்த்துவிட்டு வருகிறேன் என்று, கணக்கையெல்லாம் வைத்துக்கொண்டு புறப்படுகிறான். அவன் அதைக் காண முடியுமா? நிச்சயமாக முடியாது. தொலையாடி, நுண்ணாடி என்ற விஞ்ஞான விசித்திரப் படைப்புக்களாகிய கண்ணாடிகளையெல்லாம் எடுத்துச் சென்று பார்த்தாலும் அந்தக் கோட்டைக் காண முடியாது. காரணம் என்ன? அப்படி ஒரு கோடே இல்லை.

இல்லாத ஒன்றையா சின்ன வகுப்பிலிருந்து, ஈக்வேடர், பூமத்திய ரேகை, நில நடுக்கோடு என்று வெவ்வேறு பெயரால் சொல்லித் தருகிறார்கள்? அது பூமியில் இல்லை. விஞ்ஞானிகளுடைய கற்பனையில் இருக்கிறது. அதை ஒருவகை அளவாக வைத்திருக்கிறார்கள். அந்தக் கோடு கற்பனையாக இருந்தாலும் அதை வைத்துக்கொண்டு போடும் கணக்கும் அதனால் தெரிந்து கொள்ளும் உண்மைகளும் கற்பனைகள் அல்ல.

ஒரு வகையில் அமுதம், கற்பகம், காமதேனு என்பன யாவும் கற்பனை என்னும் பாற்கடலில் தோன்றின என்றே சொல்லலாம். சுவையான பொருளுக்கு அமுதம் என்பது தலையளவு;

அது ஒரு கற்பனை. கேட்டதையெல்லாம் தருவதற்கு ஒரு கற்பனைப் பொருள் உண்டு; அது கற்பகம். அது, தான் இருந்த இடத்தில் வந்து கேட்பவருக்கு வேண்டியதைக் கொடுப்பது.காமதேனுவோ கேட்பவர் உள்ள இடத்துக்குப் போய்க் கொடுப்பது. இந்த மூன்று கற்பனைப் பொருளையும் வைத்துப் படர்ந்த புராணக் கதைகள் பல.

மனிதனுக்கு இந்த உலகத்தில் விரும்பினவை எல்லாம் கிடைப்பதில்லை. ஆசையை மட்டுப்படுத்திக் கொண்டு தனக்குக் கிடைக்கக்கூடியதாக இருப்பதையே விரும்பினாலும்,பல சமயங்களில் கிடைப்பதில்லை. ஏழை பணம் வேண்டுமென்று விரும்புகிறான்; அவனுடைய ஆசை பத்து ரூபாய்; அது ஒரு பெரிது அன்று; ஆனாலும் அவனுக்கு அது கிடைப்பதில்லை, வியாபாரி லாபத்துக்கு ஆசைப்படுகிறான்; அது நியாயமான ஆசை; கிடைக்கக் கூடியதையே அவன் அவாவுகிறான். ஆனாலும் பல சமயங்களில் அவனுக்கு அது கிடைக்கிறதில்லை. ஆசை நிறைவேறாமல் ஏமாந்து போவதே உலகில் பெரும் பாலோரின் இயல்பாக இருக்கிறது.

இத்தகைய குறைபாடுடைய மனிதன் கேட்டன வெல்லாம் வாழ்க்கையில் கிடைக்காவிட்டாலும், எல்லாவற்றையும் தரும் பொருள் ஒன்று எங்கோ இருப்பதாகக் கற்பனை பண்ணிக் கொண்டான். கற்பனை செய்யும் ஆற்றல் அவனுக்கு இருப்பதால் அவன் அதை வளரவிட்டு அமுதத்தையும் கற்பகத்தையும் காமதேனுவையும் உருவாக்கினான்.

கற்பகம் எப்படி இருக்கும்? புராணங்களில் அதன் வருணனை வருகிறது. அது பொன்னிறமாக இருக்குமாம். அதன் தளிர் பொன்னிறம்; அதன் மலர் பொன்னிறம். கேட்டதெல்லாம்

தருமாம். இந்திரனுக்குச் சொந்தமானதாம். போகங்களிலெல்லாம் உயர்ந்தது இந்திர போகம். வளவாழ்வின் தலை யெல்லை அது. அந்த வாழ்வுக்குத் துணையாக இருப்பது கற்பகம். கற்பகம் ஒரு மரம் என்றும், பல மரங்களுக்குக் கற்பகம் என்ற பெயர் உண்டென்றும் வேறு வேறாகச் சொல்வதுண்டு. அதைப் பற்றிய ஆராய்ச்சியில் இப்போது இறங்க வேண்டாம். கற்பகம் என்பது மரம் என்று தெரிந்துகொண்டால் போதும்.

மரம் என்றால் அதில் இலை, பூ, காய், கனி ஆகிய உறுப்புக்கள் இருக்க வேண்டும் அல்லவா? கவிஞர்கள் தங்கள் நூல்களில் பல இடங்களில் கற்பகத்தைக் கொண்டுவந்து நட்டு அதன் பூங்கொம்பையும் மலரையும் கனியையும் காட்டுகிறார்கள்.

"கற்பகத்தின் பூங்கொம்போ" என்று சேக்கிழார் பாடுகிறார். 'கற்றவர் விழுங்கும் கற்பகக் கனியை" என்பது திருவிசைப்பா. 'கற்பகத்தைக் கண்ணாரக் கண்டேன் யானே" என்று அப்பர் திருவாய்மலர்ந் தருளுகிறார். எல்லாம் உவமையும் உருவகமுமாக உள்ளவை.

கற்பக மலர் ஒன்றை ஒரு புலவர் காட்டுகிறார். மற்ற மலர்களுக்கும் அதற்கும் வேறுபாடு உண்டு. உலக மரங்களின் மலர்கள் வாடும். கற்பக மரத்து மலர் வாடாதாம். எவ்வளவு நாளானாலும் புலராதாம். கோடையிலும் குளிரிலும் நிற்கும். நூறு ஆண்டுகள், ஆயிரம் ஆண்டுகள், யுகம் என்று காலக் கணக்கு எவ்வளவு ஆனாலும் நிற்கும்; மலர்ச்சி மாறாது மணத்துடன் நிற்கும்.மலருக்கு மலர்ச்சி, மென்மை, தண்மை, மணம், தேன் இருத்தல் இலக்கணம். கற்பக மலரிலும் இவை உண்டு. அதிலும் தேன் பிலிற்றும். இந்த இயல்புகளிலே குன்றாத அந்த மலர் தளிரி னிடையே தோன்றுகிறதாம். அந்தத் தெய்வத் திருமலரைப் புலவர்,

-குன்றாத
செந்தளிர்க் கற்பகத்தின் தெய்வத் திருமலர்

என்று சொல்கிறார்.

எதற்காக அந்தத் தெய்வத் திருமலரைக் கொண்டு வருகிறார்? கற்பனையிலே வளர்ந்த அதனை உண்மையாக நமக்கு முன் உள்ள மலர் ஒன்றைக் காட்டி "இது கற்பகத்தின் தெய்வத் திருமலர்போல இருக்கிறது, பாருங்கள்" என்கிறார். கற்பக மலரை நாம் கண்டதில்லை.அதன் இயல்புகள் கற்பனையால் தெரிந்து கொண்டவை. அது கற்பனைக் கற்பக மலர்; இது உண்மைக் கற்பக மலர். அதுதான் திருக்குறள்.

குன்றாத
செந்தளிர்க் கற்பகத்தின் தெய்வத் திருமலர்போன்ம்
மன்புலவன் வள்ளுவன்வாய்ச் சொல்.

கற்பக மலர் கற்பகத்தின் பூங்கொம்பிலே பூத்தது. இந்தக் குறள் மலர் வள்ளுவர் திருவாயிலே மலர்ந்தது; "திருவாய் மலர்ந்தருளினார்" என்று சொல்வது வழக்கம் அல்லவா? திருவள்ளுவராகிய கற்பகம் நெடுநாள் மன்னுவது. எப்படிக் கற்பகம் மக்கள் உள்ளத்தில் நினைவாக மன்னுகிறதோ, அப்படி அப்புலவர் புகழுடம்போடு மக்கள் உள்ளத்தே மன்னுகிறார். அவர் திருக்குறள் ஒன்றுதானா பாடியிருப்பார்? "இந்த ஒரு நூலைத்தான் அவர் எழுதினார்; அது உலகப் புகழ் பெற்றுவிட்டது" என்று அபிமானத்தால் சொல்லலாம். குழந்தை பிறந்தவுடன் கால் வீசி நடக்க முடியுமா? பல பல நூல்களை இயற்றிப் பிறகே இந்த அரிய நூலை அப்புலவர் வழங்கியிருக்க வேண்டும். அந்த நூல்க ளெல்லாம் மலர் தோன்றுவதற்கு முன் தோன்றிய தளிர்களாக இருக்க, கடைசியில் வந்த குறளோ தளிர்களுக்குப் பின் மலர்ந்த மலரைப்போல விளங்குகிறது. "செந்தளிர்க் கற்பகத்தின் தெய்வத் திருமலர்" என்று அடைகளுடன் புலவர் சொல்வது குறளுக்கும் பொருத்த மாக இருக்கிறது.

தெய்வத் திருமலர் என்பது கற்பகத்தின் உயர்வைக் குறிக்கிறது. அந்தத் தெய்வத் தன்மை வள்ளுவருக்கும் உண்டு. "தெய்வப் புலமைத் திருவள்ளுவர்" என்று புலவர்கள் மிகவும் மதிப்புடன் அப்புலவரைச் சொல்வது வழக்கம். "தெய்வத் திருவள்ளுவர்". "தேவர் திருவள்ளுவர்" (திருவள்ளுவமாலை,

1, 19, 39, 41, 49) என்று திருவள்ளுவ மாலையில் புலவர்கள் பாராட்டியிருக் கிறார்கள். திருக்குறளுக்கு ஈடும் எடுப்பும் இல்லாத அரிய உரையைச் செய்த பரிமேலழகர், ஈண்டுத் தெய்வப்புலமைத் திருவள்ளுவரால் சிறப்புடைய ஒழுக்கமே அறம் என எடுத்துக்கொள்ளப்பட்டது என்று உரை எழுதத் தொடங்கும்போது அவதாரிகையிலே எழுதுகிறார்.

திருக்குறளைக் கற்பக மலராகச் சொன்ன புலவர் தாம் அப்படிச் சொல்வதற்குரிய காரணங்களையும் சொல்கிறார்; கற்பக மலருக்கும் திருக்குறளுக்கும் பொதுவாக உள்ள இயல்புகளை எடுத்துக் கூறுகிறார்.

கற்பக மலர் என்றும் வாடாதது. திருக்குறளும் என்றும் புலராதது. நூல்கள் பல வகைப்படும். பல நூல்கள், இயற்றிய ஆசிரியர் காலத்திலே மங்கி மறைந்து போகும். சில நூல்கள் ஆசிரியர் மறைந் தாலும் தாம் மறையாது ஆசிரியருடைய புகழை நிலை நாட்டிக்கொண்டிருக்கும். இப்போது அச்சில் வரு கின்ற எல்லாமே நூல்கள் என்று தான் பேசப்படுகின்றன. தினசரிப் பத்திரிகையும் அச்சிட்டது தான். ஆனால் அதன் வாழ்வு ஒரே ஒரு நாள்; சில சமயங்களில் காலைப்பதிப்பை மாலைப் பதிப்பு மங்கச் செய்து விடுகிறது. அதன் காகிதம் அதற்குள் கிழிந்து விடுகிறதா? எழுத்து மங்கிவிடுகிறதா? அல்லது தமிழ் எழுத்து வேறு ஏதாவது எழுத்தாக மாறிவிடுகிறதா? ஒன்றும் இல்லை. ஆனாலும் முதல் நாள் செய்தித் தாளாக மதிப்புப்பெற்ற அது மறுநாள் புளி மடிக்கும் காகிதமாகி விடுகிறது. அதில் உள்ள எழுத்தின் பயன் போய்விடுகிறது.

நூல்களிலும் சில மாதங்களே வாழ்பவை உண்டு. திருக்குறள் தோன்றிக் கிட்டத்தட்ட இரண்டாயிரம் ஆண்டுகள் ஆகிவிட்டன. அது இன்னும் உருப்படியாக விளக்கத்தோடு நிலவுகிறது. 'என்றும் புலராத' நூல் அது என்று சொல்வதற்குத் தடை என்ன?

சில நூல்கள் பழமையைப் புலப்படுத்திக் கொண்டு நிற்கும்; அவற்றை இக்காலத்தில் பயன்படுத்திக் கொள்ளாமல் இருப்பார்கள். மொகெஞ்சதடோவில் ஒரு பழைய சீப்புக் கிடைத்தது என்று வைத்துக் கொள்வோம். அதை நாம் அருமையாகப் பாதுகாப்போம். அந்தக் காலத்துச் சீப்பு என்று பெருமையாகப் பேசுவோம். அதைக் காட்சிச் சாலையில் வைத்து உலகத்தாருக் கெல்லாம் காட்டுவோம். ஆனால் அதை நாம் சீப்பாக உபயோகப்படுத்த மாட்டோம். இப்போது எத்தனையோ நாகரிகமான சீப்புக்கள் வந்துவிட்டன. மொகெஞ்சதடோச் சீப்புப் பழமைப்பொருள்; புதுமைப் பொருளோடு ஒன்றாக நின்று பயன் தராது. காலம் அதைப் பயன் அற்றதாக்கி விட்டது.

நூல்களிலும் சில, பழமையின் அடையாளமாக வைத்திருப்பனவாக இருக்கலாம்; ஆனால் இந்தக் காலத்தின் நடைமுறைக்குப் பயன்படாமல் இருக்கும். திருக்குறள் அத்தகையது அன்று. எத்தனை ஆண்டுகள் சென்றாலும் மங்காமல் நின்று மலர்ச்சியுடன் விளங்கும் கற்பக மலரைப்போல, எல்லாக் காலத்திலும் பயன் தந்து விளக்கத்துடன் நிலவுகிறது.

யாணர்நாட் செல்லுகினும் நின்று அலர்ந்து

என்று பாடுகிறார் புலவர்.

யாணர் என்பதற்குப் புதுவரவு என்று பொருள். காலம் போய்க்கொண்டே இருக்கிறது. காலத்துக்கு ஏற்பப் புதிய புதிய கருத்துக்களும் வழக்கங்களும் நாகரிகப் பாணிகளும் தோன்றிக் கொண்டே இருக்கின்றன. அந்த மாற்றத்தில் அடிபட்டுப் பல நூல்கள் இறந்து போகின்றன. புதிய புதிய கருத்துக்களும் கொள்கைகளும் நம்பிக்கைகளும் வந்தாலும் திருக்குறள் பயனின்றி ஒழியாமல் நிற்கிறது. கால வெள்ளத் தோடு போகாமல் நிலைநிற்பதோடு இன்றும் அலர்ந்து, மலர்ச்சி பெற்று, மனித வாழ்க்கைக்குப் பயன் தருவதாக

மணந்து விளங்குகிறது. காலத்துக்கு ஏற்றவகையில் விரிவு பெற்று நிலவுகிறது.

இதற்கு ஏதாவது தக்க காரணம் இருக்க வேண்டும். காலத்தால் மனிதனுடைய புறக்கோலங்களே மிகுதியாக மாறுகின்றன. ஐந்நூறு ஆண்டுகளுக்கு முன் இருந்தபடி நம்முடைய நாடு இப்போது இருக்கவில்லை. அக்காலத்தில் இருந்த அமைப்போடு நம் ஊர்கள் இருக்கவில்லை. பழங்காலத்தில் சில துளைகளையே சாளரமென்று சொல்லி வைத்து வாழ்ந்த வீடுகளைப்போல நம் வீடுகள் இப்போது இல்லை; பெரிய பெரிய சன்னல்களை வைத்து வீடு கட்டுகிறோம். நம்முடைய ஆடைகளில்தான் எத்தனை மாற்றம்! மகளிர்களுடைய ஆடைகளில் மாதத்துக்கு ஒரு பாணி; நாளுக்கு ஒரு மோஸ்தர். நாம் உண்ணும் உணவில் எத்தனையோ பொருள்கள் புதியனவாகப் புகுந்திருக்கின்றன. பிஸ்கோத்து பழங்காலத்தில் இல்லை. ஒரு காலத்தில் மிளகாயே இந்த நாட்டில் இல்லை என்றால் வியப்பாக இருக்கிறதல்லவா?

நம்முடைய உடம்பிலேகூட மாற்றங்கள் நிகழ்கின்றன. தலைக் கோலத்தில் பல மாற்றங்கள் ஏற்பட்டிருக்கின்றன. நம்முடைய பேச்சில், எண்ணங்களில் வாழ்க்கை மாற்றத்துக்கு ஏற்ற புதிய கருத்துக்களும் புதிய கற்பனைகளும் வந்துவிட்டன. ஆதலின் யாணர் நாள் (புதிய காலம்) இது என்று நாம் பெருமைப் பட்டுக் கொள்ளலாம். புதிய முயற்சிகளில் ஈடுபட்ட இளைஞர்கள் பழமையை யாராவது சுட்டிக் காட்டினால், "அதெல்லாம் பழைய காலம், சுத்தக் கர்நாடகம், பத்தாம் பசலி!" என்று என்னி நகையாடுவதைப் பார்க்கிறோம்.

இப்படி,காலத்துக்குக் காலம் மாற்றங்கள் நிகழ்ந்தாலும் சில அடிப்படையான செயல்களும் கருத்துக்களும் அப்படியே நிற்கின்றன. உடையில் மாற்றம் வந்தாலும் உடை உடுத்துவதாகிய செயல் அப்படியே இருக்கிறது. உணவில் புதிய சேர்க்கைகள் வந்தாலும் வாயால் உணவை உண்பது

என்ற அடிப்படையை மாற்றவில்லை. பெண்களே குழந்தைகளைப் பெறுவது என்பதை மாற்ற முடியவில்லை.

இவற்றைப் போலவே மனித சாதியின் வாழ்வில் அடிப்படையான கருத்துக்கள் இருக்கின்றன. மகளிர் கற்புநெறியைப்பற்றி ஒவ்வொரு நாட்டினருக்கும் ஒவ்வொரு முறை இருக்கலாம். மணம் புரிவதில் வேறுபாடு இருக்கலாம். ஆனால் ஆண், பெண்ணை மணந்து மக்களைப் பெறுதல் என்பது உலகத்துக்கே பொதுவானது; இடத்தால் வேறுபடாத செய்தி. அப்படியே காலத்தால் வேறுபடாததும் உண்டு. இரவு நேரங்களில் இருளைப் போக்கி வெளிச்சத்தை உண்டாக்கப் பல உபாயங்களை மனிதன் கண்டுபிடித்தான். விளக்கு வந்தது. புதுப் புது முறைகளில் விளக்குகளை நாம் கண்டு பிடித்திருக்கிறோம். குண்டு விளக்குப் போய்க் குழாய் விளக்கு வந்திருக்கிறது. அதுவும் போய் வேறு வகை விளக்கு வரலாம். ஆனால் பகலில் நமக்கு ஒளிதரும் கதிரவனில் மாற்றம் இல்லை. நம்மால் மாற்றம் செய்யவும் இயலாது. எல்லா இடத்துக்கும் எல்லாக் காலத்துக்கும் பொதுவான ஒளியாக நிலவுகிறது அது.

அதுபோலவே கருத்துலகத்திலும் பெரும்பான்மையான மக்களுக்குப் பல காலத்துக்குப் பயன்படும் கருத்துக்கள் உண்டு. அவற்றைச் சிந்தித்து வகைப் படுத்தித் தொகுத்து உரைத்தால் அந்தக் கருத்துக் கருவூலம் கால வெள்ளத்தில் மாயாமல் சாயாமல் நிலை நிற்கும் என்பதில் ஐயம் இல்லை. அத்தகைய கருத்துக் கருவூலந்தான் திருக்குறள். அதனால் அது, 'யாணர் நாட் செல்லுகினும் நின்று' விளங்குகிறது.

மக்களுக்குப் பயன்படும் பொருள்களிலும் சில வகை உண்டு: அவசியத்தினால் கொள்வன, விரும்பிக்கொள்வன, அவசியத்தாலும் விருப்பத்தாலும் கொள்வன என்று அவற்றை மூன்றாகப் பிரிக்கலாம். நோய் வந்தவனுக்கு மருந்து

அவசியம்; அதை நோயாளி உண்ணுகிறான்; ஆனால் அதை அவன் விரும்பி உண்ணுவதில்லை.

பனம்பழத்தை ஒரு சிறுவன் விரும்பி உண்ணுகிறான்; ஆனால் அது நன்மை பயப்பதில்லை; அதனால் அவசியம் அன்று. பால் அவசியமானது; நன்மை பயப்பது; விரும்பி உண்பது.

நூல்களிலும் இந்த மூன்று வகை உண்டு. அவசியமாகத் தெரிந்துகொள்ள வேண்டியவை,பயன்படுபவை என்பன நீதி நூல்கள், சட்டங்கள், இலக்கணங்கள் முதலியவை. இவற்றை விரும்பிப் படிப் பவர் அரியர். சில வகை இலக்கியங்கள், காமச் சுவை தரும் மட்டரக நூல்கள் என்பவற்றைப் பலர் விரும்பிப் படிக்கலாம். ஆனால் அவை அவசியமானவை அல்ல; நல்ல பயனைத் தருவனவும் அல்ல. கவிதை நூல்கள் பயன் தருவன; இனிமையை உடையன; அதனால் படிக்கும் தகுதி உடையோர் விரும்பிப் படிப்பதற் குரியன.

சுருக்கமாகச் சொல்லப் போனால் பயன் தருவன, பயனும் இனிமையும் தருவன என்று நல்ல நூல்களைப் பிரித்துவிடலாம். வேதம், ஆகமம், சட்டம் எல்லாம் முதல் வகையைச் சேர்ந்தவை. காப்பியம், நல்ல கதைகள் பின் வகையைச் சேர்ந்தவை.

திருக்குறள் சிறந்த நீதி நூல். பல காலத்துக்கும் பல இடத்துக்கும் பொதுவான உண்மைகளைச் சொல்வது. அதனால் பயனுடையது. பல காலம் நின்று மலர்ச்சி பெறுவது. அந்த அளவில் அது நின்றிருந்தால் அதன் பெருமைக்கு ஓர் அளவு இருக்கும். அதற்கு மேலும் அதற்கு ஒரு சிறப்பு இருக்கிறது. அது கவிதையாகவும் அமைந்திருக்கிறது. கவிதை பயனோடு இனிமையையும் தருவது; திருக்குறள் கவிதை நூலாக இருப்பதனால் அதில் பயனும் இனிமையும் ஒருங்கே இருக்கின்றன.

பழைய இலக்கண உரையாசிரியர்கள், 'பாலும் ஆயிற்று; மருந்தும் ஆயிற்று' என்று ஒரு வாக்கியத்தை எடுத்துக் காட்டுவார்கள் சுவை தரும் பொருள்; அதோடு 'பயன் தரும்

பொருள்' என்பது அதன் கருத்து. பாலுக்குப் பதில் தேனை வைத்து, 'தேனும் ஆயிற்று; மருந்தும் ஆயிற்று' என்று நாம் புதிய வாக்கியம் ஒன்றைச் சொல்லிப் பார்க்கலாம். தேனும் உடம்புக்கு நலம் தருவதுதானே? தேன் இனிமையானது என்பதைச் சொல்லவும் வேண்டுமா? தேன் என்றவுடன் அதன் இன்சுவைதான் நம் நினைவுக்கு வரும். படிக்கப் படிக்க இனிமை உடைய கவிதையாகவும், பொருள் உணர உணர நலம் பயக்கும் நீதி நூலாகவும் விளங்குவது திருக்குறள். அதற்கு இனிமையும் பயனும் உடைய தேனை உவமை சொல்லலாம் அல்லவா?

திருக்குறளைக் கற்பக மலராகச் சொன்ன புலவர், அது அம் மலரைப்போல், 'தேன்பிலிற்றும் நீர்மையது' என்று சொல்கிறார். அது சுவையான கவிதை வடிவில் அமைந்தது; சொற்சுவை பொருட் சுவைகளைப் பெற்றது; மனித சாதியை உயர்த்தும் கருத்துக்களைச் சொல்வது.

இந்த இருவகைத் தன்மையும் திருக்குறளில் இருப்பதைத் திருவள்ளுவ மாலையில் மற்றொரு பாட்டுச் சொல்கிறது.

ஓதற் கெளிதாய் உணர்தற் கரிதாகி
வேதப் பொருளாய் மிகவிளங்கித்-தீதற்றோர்

உள்ளுதொ றுள்ளுதொ றுள்ளம் உருக்குமே
வள்ளுவர் வாய்மொழி மாண்பு.

உண்மையைச் சொல்வது மட்டும் போதாது; அதைச் சுவைபடச் சொல்ல வேண்டும். அதுதான் இலக்கியம். கலைகள் இன்பந்தரும் இயல்புடையனவாக இருக்க வேண்டும். அவற்றின் முதல் இலக்கணம் அது. எல்லாக் கலைகளிலும் உயர்ந்தது கவிதைக் கலை. ஆதலின் இன்பத்தைத் தருவதில் அது மிகச் சிறந்ததாக இருக்க வேண்டும். திருக்குறள் கவிதையாகவும் இருந்து இன்பத்தைத் தருகின்றது. மலரில் தேன் இருப்பதுபோல அந்த நூலில் கவிதைச் சுவையும் இருக்கிறது.

இதுவரைக்கும் கூறியவற்றால் திருக்குறள் என்றும் மங்காத திட்பம் உடையது, கால வெள்ளத்தில் சாயாமல் நின்று மக்கட் சாதிக்கு நலம் தருவது, அவ்வக் காலத்துக்கு ஏற்ற வகையில் பொருள் விரிவு பெற்று நிற்பது, கவிச் சுவையையுடையது என்பவற்றைத் தெரிந்து கொள்ளலாம். இத்தனை இயல்புகளையும், அது கற்பகத்தின் மண நிறை நறை மலர் போன்றது என்ற உவமையால் சொல்லிவிட்டார். புலவர்.

என்றும் புலராது யாணர்நாள் செல்லுகினும்
நின்றலர்ந்து தேன்பிலிற்றும் நீர்மையதாய்க் - குன்றாத
செந்தளிர்க் கற்பகத்தின் தெய்வத் திருமலர்போன்ம்
மன்புலவன் வள்ளுவன்வாய்ச் சொல்.

[புலராது - வாடாமல். யாணர் - புது வரவு. நீர்மையதாய் -இயல்பையுடையதாய். போன்ம் - போலும். மன் - நிலை பெற்ற.]

திருக்குறளின் சிறப்பைச் சொல்லும் தனி நூல் ஒன்று உண்டு. திருவள்ளுவ மாலை என்று அதற்குப் பெயர். வேறு எந்த நூலுக்கும் சிறப்புப் பாயிரமே தனி நூலாக இல்லை. ஐம்பத்து மூன்று பாடல்களால் அமைந்த அந்த நூலில் ஒவ்வொரு பாடலும் ஒவ்வொருவரால் பாடப் பெற்றதாகப் பெயரைச் சேர்த்திருக்கிறார்கள். அசரீரி, நாமகள், இறையனார் ஆகிய தெய்வங்களும் பாராட்டிப் பாடியனவாக மூன்று பாடல்கள் தொடக்கத்தில் இருக் கின்றன. "என்றும் புலராது" என்ற இப் பாடலைப் பாடியவர் பெயர் இறையனர் என்று காணப்படுகிறது. மதுரையில் இருக்கும் ஆலவாய் இறையனாராகிய சோமசுந்தரக் கடவுளே இதைப் பாடியதாகப் பழங் காலத்தில் சொல்லி வந்தார்கள். இறையனார் அகப் பொருள் என்ற இலக்கண நூலின் ஆசிரியரும், "கொங்கு தேர் வாழ்க்கை" என்ற குறுந்தொகைப் பாடலின் ஆசிரியரும் அந்த இறையனாரே.

ஆலவாய் இறையனாராகிய தெய்வமே இந்தப் பாட்டைப் பாடினாரா, இல்லையா என்ற ஆராய்ச்சியில் இப்போது புக

வேண்டாம். பாட்டு என்னவோ மிகவும் அருமையாக இருக்கிறது; இலக்கியப் பண்புகளைக் கவிதைச் சுவையோடு சொல்வதாக அமைந்திருக்கிறது. அதைப் பாடியவர் இன்று தெய்வமாகிவிட்டார் என்று சொல்வதில் நமக்கு ஒரு தடையும் இல்லை. உண்மையைச் சொல்லும் வாக்குத் தெய்வ வாக்கு என்று உபசாரமாகக் கொள்வது வழக்கம்.

தேவர்களுக்குக் கிடைத்த கற்பக மலரை நாம் அறியோம்; அது கற்பனைக் கற்பகத்தில் மலர்ந்தது.

ஆனால் இந்த 'இறையனார்' காட்டும் 'கற்பகத்தின் தெய்வத் திருமலர்' நாம் காணக் கிடைக்கிறது; கற்று இன்புறத்தக்க பொலிவோடு விளங்குகிறது. அதன் மணத்தையும் தேனையும் இனி ஓரளவு நுகர்ந்து பார்க்கலாம்.

இறைவன் திருவடி

திருக்குறளில் முன்வாயிற் பூஞ்சோலையாக நிற்பது கடவுள் வாழ்த்து என்னும் முதல் அதிகாரம். அறத்துப் பால், பொருட்பால், காமத்துப்பால் என்று மூன்று பெரும் பகுதியாகப் பிரித்துக்கொண்டு நூல் செய்ய வந்த திருவள்ளுவர் முதலில் நான்கு அதிகாரங்களில் பாயிரம் என்ற பகுதியை வைத்திருக்கிறார். பாயிரம் என்பது முகவுரையைப் போல நூல் முழுவதற்கும் பொதுவான செய்திகளைச் சொல்வது. கடவுள் வாழ்த்து, வான்சிறப்பு, நீத்தார் பெருமை, அறன் வலியுறுத்தல் என்ற நான்கு அதிகாரங்களும் சேர்ந்து திருக்குறளில் பாயிரம் என்ற பகுதியாக அமைந்திருக்கின்றன. அறம்,பொருள், இன்பம் என்ற மூன்று வகைகளுக்கும் உபகாரப்படுவனவாகவும், அவற்றிற்கெல்லாம் பொதுவாகவும் இருப்பவை அந்த நான்கும் என்ற கருத்தால் அவற்றை முன்னே வைத்தார்.

பாயிரத்தின் முதல் அதிகாரமாக நிற்பது கடவுள் வாழ்த்து. பொதுவாக நூல்களில் உள்ள கடவுள் வாழ்த்து, அந்த நூல் இனிது முடியும் பொருட்டுக் கடவுளை வாழ்த்திய துதியாக அமைவது வழக்கம். அது ஏற்புடைக் கடவுள் வணக்கம் என்றும், வழிபடு கடவுள் வணக்கம் என்றும் இரண்டு வகைப்படும். நூலின் பொருளுக்கு ஏற்ற வகையில் அமைந்த கடவுள் வணக்கத்தை ஏற்புடைக் கடவுள் வணக்கம் என்றும், ஆசிரியர் தாம் வழிபடு கடவுளைத் துதித்துப் பாடுவதை வழிபடு கடவுள் வணக்கம் என்றும் சொல்வார்கள். ஒருவர் இராமாயணத்தைப் புதிதாகப் பாடுவதாக வைத்துக் கொள்வோம். அதில் முதலில் இராமனுடைய வணக்கத்தை அமைத்தால், அது ஏற்புடைக் கடவுள் வணக்கமாகும்.

நூலை இயற்றும் ஆசிரியர் முருகனடியாராக இருந்து முதலில் முருக னுடைய துதியை அமைத்தால், அது வழிபடு கடவுள் வணக்கமாகும்.

திருவள்ளுவர் ஏற்புடைக் கடவுளை வாழ்த்தினார் என்று பரிமேலழகர் கருதுகிறார்.

'அஃதாவது, கவி தான் வழிபடும் கடவுளை யாதல் எடுத்துக் கொண்ட பொருட்கு ஏற்புடைக் கடவுளையாதல் வாழ்த்துதல். அவற்றுள் இவ்வாழ்த்து ஏற்புடைக் கடவுளை என உணர்க. என்னை? சத்துவம் முதலிய குணங்களால் மூன்றாகிய உறுதிப்பொருட்கு அவற்றான் மூவராகிய முதற் கடவுளரோடு இயைபு உண்டாகலான். அம்மூன்று பொருளையும் கூறலுற்றார்க்கு அம்மூவரையும் வாழ்த்துதல் முறையாதலின், இவ்வாழ்த்து அம்மூவர்க்கும் பொதுப்படக் கூறினார் என்று உணர்க'

என்று அவர் எழுதுகிறார். கவிஞன் தான் பாட மேற் கொண்ட நூல் இனிது முடியும் பொருட்டுக் கடவுளை வாழ்த்தும் வகையில் இவ்வதிகாரம் அமைந்தது என்ற கருத்தை முதலில் கொண்டு, அப்பால் ஏற்புடைக் கடவுள் வாழ்த்து இது என்று வகை காட்டுகிறார். அவதாரிகையில், 'எடுத்துக் கொண்ட இலக்கியம் இனிது முடிதற் பொருட்டுக் கடவுள் வாழ்த்துக் கூறு கின்றார்' என்று அவர் செய்யும் தோற்றுவாயில் இது புலனாகும்.

ஆனால் கடவுள் வாழ்த்துப் பாடல்களின் பொருளை நோக்கினால் இந்தக் கருத்தைப் பரிமேலழகர் சற்று நுணுகிப் பார்த்து எழுதவில்லையென்று தோற்றுகிறது. மக்கள் வாழ்க்கையில் சிறந்து நிற்க வழி வகுக்க வந்த திருவள்ளுவர், பிற நீதிகளை அதிகாரங்களாக வகுத்து விரிவாகச் சொல்லப்போகிறார். எல்லாவற்றிற்கும் மேலான ஒன்றை எடுத்தவுடன் வற்புறுத்துகிறார். மக்கள் யாவரும் கடவுள் உணர்ச்சியோடு வாழவேண்டுமென்றும், அவனை வழிபட

வேண்டு மென்றும் புலப்படுத்துவதற்காகவே கடவுள் வாழ்த்தைப் பாடினார்.

"கடவுள் வழிபாடு என்ற பெயரை அமைத் திருக்கலாமே; கடவுள் வாழ்த்து என்று இருப்பதால் கவிஞன் கடவுளை வாழ்த்தியதாகக் கொள்வதுதான் தக்கது" என்று கூறலாம். இந்த அதிகாரத்தில், கடவுளை மக்கள் மன மொழி மெய்களாகிய மூன்று கரணங்களாலும் வழிபட வேண்டும் என்று வள்ளுவர் புலப்படுத்துகிறார்.

தனக்குவமை இல்லாதான்
தாள்சேர்ந்தார்க்கு அல்லால்
மனக்கவலை மாற்றல் அரிது *(7)*

என்பது, மனத்தால் தியானம் செய்வதைக் குறிப்பது. மனக் கவலை மாற்றுவதற்கு மனத்தால் சிந்திக்க வேண்டும்.

இருள்சேர் இருவினையும் சேரா, இறைவன்
பொருள்சேர் புகழ்புரிந்தார் மாட்டு *(5)*

என்பது இறைவன் புகழை வாயினாற் சொல்ல வேண்டும் என்பதைப் புலப்படுத்துகிறது.

கோள் இல் பொறியிற்
குணம் இலவே எண்குணத்தான்
தாளை வணங்காத் தலை *(9)*

என்பது தலையால் வணங்க வேண்டும் என்று, மெய்யால் புரியும் வழிபாட்டைச் சுட்டுகிறது.

இப்படி மூன்று கரணங்களாலும் மக்கள் இறைவனை வழிபட வேண்டுமென்று கூறினார் ஆசிரியர். இறைவனை நினைத்தல். இறைவனை வாழ்த்துதல், இறைவனைப் பணிதல் என்ற மூன்றும் முறையே மனம், மொழி, மெய் என்னும் மூன்றாலும் நிகழ்வன. இவற்றில் மனிதன் தனக்கே உரியதாகிய வாக்கினால் புரியும் வழிபாடு, வாழ்த்து.

சிறப்பான ஒன்றைச் சொன்னால் அதனோடு தொடர்புடையவற்றையும் சேர்த்துக் கொள்வது வழக்கு. அதை உபலட்சணம் என்று சொல்வார்கள். ஆதலின் கடவுள் வாழ்த்து என்பதை, கடவுளை நினைத்தல், வாழ்த்துதல், வணங்குதல் என்னும் மூன்றுக்கும் பொதுவாகவே கொள்ள வேண்டும்.

எல்லாருக்கும் பொதுவான நூலை இயற்ற வந்த வள்ளுவர் இறைவனைச் சிவன், திருமால், முருகன், அருகன் என்று பெயர் சுட்டாமல் பொதுவான முறையிலேயே குறித்திருக்கிறார். ஆதிபகவன், வாலறிவன், மலர்மிசை ஏகினான், வேண்டுதல் வேண்டாமை இலான், இறைவன், பொறிவாயில் ஐந்தவித்தான், தனக்குவமை இல்லாதான், அறவாழி அந்தணன், எண்குணத்தான் என்றே கடவுளை அவர் கூறு கிறார். இப்பெயர்கள் எல்லாத் தெய்வங்களுக்கும் பொருந்துவன

இறைவனை உருவமுடையவனாக வைத்து வழிபடும் முறை இந்த நாட்டுச் சமயங்களுக்கெல்லாம் பொதுவான வழக்கம். இயல்பாகக் குறியும் குணமும் கடந்து நிற்கும் அவன் பெயரும் உருவமும் உடைய உயிர்களின் பால் உள்ள கருணையால் பல உருவங்களுடனும் பெயர்களுடனும் எழுந்தருளுகிறான். மனத்தையுடைய மனிதன் இறைவனைத் தியானம் செய்ய வேண்டுமானால் அவனுக்கு உருவம் இருந்தா லன்றி இயலாது. மனம் நாமரூப நாட்டமுடையது. கடவுளுக்கு உருவம் இல்லை என்று கொள்ளும் சமயத் தினரும் கண்ணை மூடித் தியானம் புரியும்போது ஏதாவது ஒன்றை - கட்டிடமோ, குறியோ - எண்ணுவது தான் இயல்பு. மனத்தினால் எண்ணும்போது உருவம் இல்லாமல் அந்தத் தியானம் அமைவதானால் இரண்டு வகையில்தான் அது முடியும். ஒரே இருளாக உள்ளத்தே தோன்றும்; அல்லது ஒளியாகத் தோன்றும். இருளாகத் தோன்றுவதே பெரும்பாலோருடைய அநுபவம்; பல காலம் பயிற்சி செய்தவர்களுக்கே முழு ஒளியாகத் தோன்றும்.

இருளாகத் தோன்றுவதை மாற்றி மனம் ஒருமைப்பட வேண்டுமானால் எந்த உருவையாவது பற்றிக்கொள்ள வேண்டும். அதனால் தான் தனக்கென்று உருவம் இல்லாத இறைவன் பல வடிவங்களுடன் வருவதாகப் பெரியோர்கள் கூறி யுள்ளார்கள்.

'கடவுளுக்கு உருவம் உண்டு' என்பதே வள்ளுவர் கருத்து. "நம் தலையால் அவன் தாளை வணங்க வேண்டும்" என்று சொல்வதனால் இதனை உணரலாம்.

பொதுநூல் இயற்ற வந்த அவருக்கு இறைவனுடைய வடிவங்களில் எதைச் சொல்வது என்ற கேள்வி தோன்றியிருக்க வேண்டும். ஏதேனும் ஒன்றைச் சொன்னால் மற்றவற்றைப் புறக்கணித்ததாக முடியும். உருவத்தைச் சொல்ல வேண்டும்; ஆனால் ஒரு குறிப்பிட்ட வடிவத்தைச் சொல்லக்கூடாது. இந்தச் சிக்கலை எப்படித் தீர்ப்பது?

திருவள்ளுவர் பேரறிஞர். கடவுளின் உருவத்தில் எல்லோரும் கொள்ளும் பொதுவான பகுதி எது என்று பார்த்தார். ஆறுமுகன், ஆனைமுகன், ஐந்து முகன், சிங்கமுகன் என்று முகத்திலே வேறுபாடு உண்டு. ஆனால் திருவடிகளில் வேறுபாடு இல்லை. எல்லாத் தெய்வங்களுக்கும் திருவடி இரண்டு; அவை தாமரை போல இருக்கும். திருவடியைக் கண்டாருக்கு வேறு பாட்டுணர்வே எழாது. ஆதலின் கடவுள் வாழ்த்தில் இறைவன் திருவடியைப் பற்றியே சொன்னார். ஏழு பாடல்களில் நற்றாள், மாணடி , அடி, தாள் என்றே சொல்லியிருக்கிறார்.

இறைவனுடைய வழிபாட்டில் அவனுடைய அடியைத் தொழுவதே இலக்கு. நம்மாழ்வார், "துயரறு சுடரடி தொழுதெழென் மனனே" என்று தொடங்கினார். "நமச்சிவாய வாஅழ்க, நாதன்தாள் வாழ்க" என்று தொடங்கினார் மணிவாசகர்.

இறைவனுடைய தொடர்பு நமக்கு இருக்க வேண்டுமானால் அவனுடைய தாளை வணங்க வேண்டும். அவனுடைய வடிவைக் கண்டு களித்துப் பின்பு அவன் தாளில் புகலடைய வேண்டும். சிறு பையன் பம்பரத்தைக் கயிற்றால் சுற்றி வீசுகிறான்.

அது சுற்றிச் சுற்றிச் கடைசியில் ஓரிடத்தில் சுழன்று கொண்டே வருகிறது. நின்று சுழலுகிறது. அப்போது, அது தூங்குகிறது என்று சொல்வான் பையன். பக்தர்களுடைய கண்ணும் மனமும் இறைவனுடைய திருவுருவத்தில் சுற்றிச் சுற்றி வந்து ஈடுபடும். பிறகு திருடியில் நின்று இன்புறும். இறைவன் திருவடி மலரில் வண்டாக நின்று இன்புறுவது அன்பர்களின் உள்ளத்துக்கு இயல்பு.

இறைவனுக்கும் நமக்கும் தொடர்பு எப்படி உண்டாகும்? ஒரு கூட்ஸ் வண்டியில் பாரம் நிறைந்த பெட்டி ஒன்றை இணைக்க வேண்டுமானால், வண்டியின் பக்கத்திலேயோ எஞ்சினுக்கு அருகிலேயோ கொண்டு சென்று அதைச் சார்த்தி இணைப்பதில்லை. வண்டியின் கடைசிப் பெட்டியில் உள்ள கொக்கியையும், கோக்கப் பெறும் பெட்டியிலுள்ள கொக்கியையும் இணைப்பார்கள். அதுவரையில் தனியே நின்றிருந்த பெட்டி அதன் பிறகு வண்டியோடு சேர்ந்து இயங்கத் தொடங்கும். அவ்வாறே இறைவனிடம் ஒரு கொக்கியும் நம்மிடம் ஒரு கொக்கியும் உள்ளன. அவற்றை இணைக்க வேண்டும். நம்மிடம் உள்ளது தலை. அது உடம்பிலுள்ள உறுப்புக்களிற் சிறந்தது. அதை வட்ட மொழியில் உத்தமாங்கம் என்பார்கள். ஐந்து இந்திரியங்களும் ஒருங்கே இருக்கும் இடம் அது. இறைவனுடைய உத்தம அங்கம் திருவடி.

'நின்னிற் சிறந்தநின் தாளிணையவை'

என்பது பரிபாடல். நம்முடைய உத்தமாங்கமாகிய தலையை இறைவனுடைய உத்தமாங்கமாகிய திருவடியோடு இணைத்துவிட்டால் நமக்கும் இறைவனுக்கும் தொடர்பு

உண்டாகும். இறைவனுடைய பக்தர்களுக்கு அடியார் என்ற பெயர் இருப்பதை எண்ணிப் பார்த்தால் இவ்வுண்மை புலனாகும். முகத்தார், தோளார் என்று சொல்லாமல் அடியார் என்று சொல்வதற்குக் காரணம், இறைவன் திருவடியோடு தொடர்புடைமையே.

இறைவன் குணம் இறந்தவன், குறி கடந்தவனானாலும் குணம் குறியுடையவர்களின் பொருட்டு அவற்றை உடையவனாக எழுந்தருளுகிறான். நாம் தலையால் வணங்கி வழிபட வேண்டுமென்றே அவ்வாறு எழுந்தருளுகிறான். அதனால் தான் வள்ளுவர்,

கோளில் பொறியிற் குணமிலவே, எண்குணத்தான்
தாளை வணங்காத் தலை

என்றார். எண்குணத்தான் என்பது குணமுடையான் என் பதையும், தாள் என்பது வடிவுடையான் என்பதையும் புலப்படுத்தி நிற்கின்றன.

திருவள்ளுவர் ஒவ்வோர் அதிகாரத்திலும் எடுத்துக் கொண்ட பொருளின் இலக்கணத்தைக் கூறிப் பின்பு அது சம்பந்தமானவற்றைச் சொல்லுவார். அந்த வகையில் கடவுள் வாழ்த்தின் முதற்பாட்டு இறைவனுடைய முழுமுதல் தன்மையை எடுத்துச் சொல்கிறது.

திருக்குறள் வெறும் நீதிநூல் மாத்திரம் அன்று; கவிதை நூலாகவும் இருக்கிறது. கவிஞர்கள் எடுத் தாளும் அணிகளிற் சிறந்தது உவமை. கடவுளின் முதன்மையை ஓர் உவமையினால் சொல்ல வருகிறார் கவிஞர் திருவள்ளுவர். 'எழுத்துக்களுக்கெல்லாம் அகரம் முதலாக இருக்கிறது அல்லவா? அதைப் போலவே எல்லா உலகங்களுக்கும் இறைவனே முதல்வனாக விளங்குகிறான்' என்று சொல்கிறார்.

அகர முதல எழுத்தெல்லாம்; ஆதி
பகவன் முதற்றே உலகு.

தெரிந்ததைக் கொண்டு தெரியாததை விளக்க வேண் டும். கல்வி கற்கப் புகுந்தவுடனே யாவரும் அ என்ற எழுத்தைத் தெரிந்து கொள்வார்கள். அதிலிருந்து எழுத்து, சொல் முதலிய யாவும் தொடங்குகின்றன. அவ்வாறே எல்லாப் பிரபஞ்சங்களும் இறைவனிடத்தி லிருந்து தொடங்குகின்றன.

இந்தக் கருத்தைச் சொல்ல வந்தவர், "கடவுள் எல்லா உலகங்களுக்கும் முதல்வன்" என்று சொல்லியிருக்கலாம். "உலகம் கடவுளை முதலாக உடையது" என்று வேறு உருவில் சொல்கிறார். உலகு என்பதை எழுவாயாக வைத்து வாக்கியத்தை அமைக்கிறார். படிக்கிறவர்களுக்கு, கடவுளைப் பற்றிச் சொல்கிறவர் கடவுளை எழுவாயாக வைக்காமல் உலகின் தன்மையைச் சொல்பவரைப் போல உலகு என்பதை எழுவாயாக்கியிருக்கிறாரே என்று தோன்றக்கூடும். அந்த ஐயத்தைப் பரிமேலழகர் போக்குகிறார். தெரிந்ததைக் கொண்டு தெரியாதவற்றைத் தெரிவிப்பது மரபாதலால், தெரிந்த உலகத்தைக் கொண்டு தெரியாத கடவுளைப் பற்றிச் சொல்கிறார் என்று தெரிவிக்கிறார். 'காணப்பட்ட உலகத்தால் காணப்படாத கடவுட்கு உண்மை கூறவேண்டுதலின், "ஆதிபகவன் முதற்றே உலகு" என உலகின் மேல் வைத்துக் கூறினார். கூறினாரேனும் 'உலகிற்கு முதல் ஆதிபகவன் என்பது கருத்தாகக் கொள்க' என்று நுட்பம் உணர்ந்து எழுதினார்.

உலகுக்கு முதல்வன் இறைவனே என்பதை உணர்த்த வந்தவர், அதற்கு ஏற்றவாறு அந்தத் தன்மையைப் புலப்படுத்தும் 'ஆதி பகவன்' என்ற பெயரால் கடவுளைக் கூறினார். அது போலவே கல்வியின் பயன் கடவுளை வழிபடுதல் என்பதைச் சொல்லும் அடுத்த குறளில் 'வாலறிவன்' என்ற தொடரால் இறைவனைக் குறித்தார்.

கண்ணன், "எழுத்துக்களில் நான் அகரமாகின்றேன்" என்றான் கீதையில். "அகர முதலானை அணி ஆப்பனூ ரானை" என்று சம்பந்தரும், "ஆனத்து முன்னெழுத்தாய் நின்றார் போலும்" என்று அப்பரும், "அகரம் முதலின் எழுத்தாகி நின்றாய்" என்று

சுந்தரரும் பாடியருளியிருக் கிறார்கள். முதற்குறள் இவற்றையெல்லாம் நினைக்கச் செய்கின்றது.

முடிந்த பயன்

திருவள்ளுவர் கடவுளை இறைவன், இறை என்று கூறுகின்றார். இறை என்பதற்குத் தங்குதல் என்று பொருள். எங்கும் நிறைந்திருப்பது கடவுளின் தன்மை யாதலின் இறை என்றும் இறைவனென்றும் வழங்குவார்கள்.

"அகர உயிர்போல் அறிவாகி எங்கும்
நிகரில் இறைநிற்கும் நிறைந்து"

என்ற சாத்திரப் பாடல் இந்தக் கருத்தைத் தெளிவாக்குகிறது.

இருள்சேர் இருவினையும் சேரா, இறைவன்
பொருள்சேர் புகழ்புரிந்தார் மாட்டு (குறள், 5)

பிறவிப் பெருங்கடல் நீந்துவர்; நீந்தார்
இறைவன் அடிசேரா தார் (குறள், 10)

என்னும் இரண்டிடங்களில் இறைவன் என்று சொல்கிறார் வள்ளுவர். இவை கடவுள் வாழ்த்தில் வருவன. பின்னே பொருட்பாலில்,

முறைசெய்து காப்பாற்றும் மன்னவன் மக்கட்கு
இறை என்று வைக்கப் படும் (குறள்,386)

என்பதில் இறை என்று கடவுளைக் கூறுகிறார்.

கடவுள் வாழ்த்தில் இறைவனைக் குறிக்கும் தொடர்களால் அவனுடைய இயல்புகள் புலனாகின்றன. உலகுக்கு ஆதியாக நிற்பவன், தூய அறிவை யுடையவன், நினைக்கும் அடியவர்களுடைய உள்ளக் கமலத்தில் செல்பவன், விருப்பு வெறுப்பு இல்லாதவன், தனக்கு ஒப்பு இல்லாதவன், அறத்தை நடத்துகிறவன், அழகிய தண்மையை உடையவன், எட்டுக் குணங்களை உடையவன், அவனுடைய புகழே உண்மையான

புகழ், அவனை எண்ணி வாழும் நெறியே பொய் தீர்ந்த மெய்யான வழி என்ற செய்திகளை அவற்றைக்கொண்டு உணரலாம்.

கடவுள் வாழ்த்தின் முதல் இரண்டு செய்யுட்களும் கல்வியின் தொடக்கத்தையும் முடிவையும் சுட்டிக் காட்டுகின்றன. முதல் குறளில், கல்வி கற்பவன் எடுத்தவுடன் எந்த எழுத்தைத் தெரிந்து கொள்வானோ, அதையே உவமையாக்கிக் கடவுளின் முதன்மையை எடுத்துரைத்தார். கல்வியில் எந்த நிலையில் நின்றாலும் அகரத்தைத் தெரிந்துகொண்டே பின்பு மற்றவற்றைத் தெரிந்துகொள்ள வேண்டும். அகரத்தை மட்டும் தெரிந்து கொண்டவன்கூட அறியும் உவமை இது.

கல்வியின் தொடக்கத்தை உவமை வாயிலாக முதல் குறளில் அமைத்தவர், அடுத்த குறளில் கல்வியின் முடிவைச் சுட்டுகிறார்.

கற்றதனால் ஆய பயன் என்கொல் வாலறிவன்
நற்றாள் தொழாஅர் எனின்?

கற்று முடித்துவிட்டோம் என்றால் அதற்குரிய பயனை அடைய வேண்டும். இறைவன் திருவடியைத் தொழும் அன்பு உண்டாவதே கல்விக்குப் பயன் என்கிறார். பின்னே, கல்வி என்னும் அதிகாரத்தில் கற்பதனால் அறிவு ஊறும் என்று சொல்கிறார்.

தொட்டனைத் தூறும் மணற்கேணி; மாந்தர்க்குக்
கற்றனைத் தூறும் அறிவு. *(396)*

படிக்கப் படிக்க அறிவு ஊறி வருமாம். நன்றாகப் படித்தவனுக்கு அறிவு முழுமையாக ஊறும். கற்றதற்குப் பயன் அறிவு பெறுதலானால், அந்த அறிவுக்குப் பயன் இறைவனைத் தொழுதல். கற்றவன் அறிவுடையவனாதலால் அவன் அறிவுடையவர்களிடம் மதிப்பு வைத்து ஒழுகுவான். எல்லா அறிஞர்களும் சிற்றறிவுடையவர்களே; இறைவன் ஒருவனே முற்றறிவுடையவன்; சர்வஞ்ஞன். கல்வியினால்

அறிவு பெற்ற மனிதன், அறிவுமயமாக உள்ள ஒருவனுடைய பெருமையை உணர்ந்து தொழுவதுதான் முறை. கற்று அறிவு பெற்றவனால் தொழுவதற்குரியவன் என்ற பொருத்தத் தைக் காட்ட, வாலறிவன் என்ற பெயரைச் சொன்னார்.

அறிவு இரண்டு வகைப்படும்; நூலறிவு என்றும் வாலறிவு என்றும் அவற்றைக் கூறுவர். இவற்றைப் பரோட்ச ஞானம், அபரோட்ச ஞானம் என்றும், அபர ஞானம்,பரஞானம் என்றும் கூறுவதுண்டு. நூலறிவு முற்றுப் பெற்றாலும் மெய்யுணர்வு பெறாவிடின் பயன் இல்லை.

இப்போதெல்லாம் உயர்நிலைப் பள்ளிக்கூடத்தில் படிக்கிறவர்கள் ஒரு சான்றிதழ் வாங்குகிறார்கள். அதை, உயர்நிலைப் பள்ளியை விடும் சான்றிதழ் *(Secondary School Leaving Certificate)* என்று சொல்வார்கள். பள்ளிக்கூடத்தில் கல்வியை நிறைவேற்றி அதனை விடும் நிலையில் இருப்பவன் மாணவன். ஆனால் பள்ளிக்கூடத்தை விடுவதை விடக் கல்லூரியில் நுழைவதுதான் சிறப்பானது. ஆதலால் 'கல்லூரிப் படிப்புக்குரிய தகுதி உண்டா? *(Eligibility for College Course)* என்று கேட்கிறார்கள். உயர்நிலைப் பள்ளிப் படிப்பு நிறைவுற்றதற்குப் பயன் கல்லூரி நுழைவு.

அவ்வாறே நூலறிவு பெற்றதன் பயன் வாலறிவு பெறும் துறையில் அடி எடுத்து வைத்தல். அந்தக் கல்லூரியின் தலைவன் வாலறிவனாகிய இறைவன். அவனை அடிவணங்கி அவ்வுலகில் புகவேண்டும். நூலறிவு மட்டும் பெற்றவர்கள் சிறந்த பயனைப் பெற்றவர்கள் ஆகமாட்டார்கள்.

"நூலறிவு பேசி நுழைவிலா தார்திரிக"

என்பது காரைக்கால் அம்மையார் திருவாக்கு. நூலறிவு மட்டும் பேசித் திரிபவர்கள் இறையருளின்ப உலகத்தில் நுழைய இயலாது. இறைவனைப் பணிந்து அவ்வுலகில் புகவேண்டும். ஆதலின் கற்ற அளவிலே எல்லாம் வந்துவிட்டதாக எண்ணாமல், கல்வியின் முடிவிலே வாலறிவு தொடங்குகிறது என்று உணரவேண்டும்.

வாலறிவாகிய மெய்யுணர்வு பெற்றவன், இறைவன் அடி தொழுது பிறவி யென்னும் துன்பத்தினின்றும் விடுதலை பெறுவான். அதுவே வீடு. கற்றவர் அறிவு பெற்று இறைவன் அடி தொழுவர்; அடிதொழுவார் பிறவிப் பெருங்கடல் நீந்துவார். பிறவித் துன்பம் கடவுளைப் பணிந்து வாழ்தலால் நீங்கும் என்பதை இந்த அதிகாரத்தின் இறுதிக் குறளில் வைத்தார்.

பிறவிப் பெருங்கடல் நீந்துவர்; நீந்தார்
இறைவன் அடிசேரா தார். (10)

இறைவன் அடி சேர்ந்தவர் பிறவியென்னும் கடலை நீந்துவர்; சேராதவர் அதில் ஆழ்வர்.

மனிதனாகப் பிறந்தவனுக்கும் விலங்குக்கும் வேறுபாடு கல்வியினால் வருவது. கல்வி இல்லாதவன் மனித உருவத் தோற்றம் பெற்றிருந்தாலும் அவன் விலங்குக்கு ஒப்பானவனே.

விலங்கொடு மக்கள் அனையர், இலங்கு நூல்
கற்றாரோ டேனை யவர் (410)

என்பதில் இக்கருத்தைக் காணலாம். மனிதனை மனித னாக்கும் கல்வி, அறிவை விரிவாக்குகிறது. அறிவு விரிந்தவன் இறைவன் திருவடியைத் தொழுது பொய்தீர் ஒழுக்க நெறி நின்று பிறவித் துன்பத்தைப் போக்கிக் கொள்கிறான். கல்வியிலே தொடங்கும் முயற்சி இறுதிப் பயனாகிய பிறவாமையிலே முடியும். அதனால்தான்,

கற்றீண்டு மெய்ப்பொருள் கண்டார் தலைப்படுபவர் மற்றீண்டு
வாரா நெறி (356)

என்று 'மெய்யுணர்தல்' என்னும் அதிகாரத்தில் கூறினார்.

இவற்றையெல்லாம் நினைந்தே இரண்டாவது குறளில், 'வாலறிவன் நற்றாள் தொழாஅர் எனின்' என்பதிலுள்ள

நற்றாள் என்பதன் பொருளை விரிக்க வந்த பரிமேலழகர், 'பிறவிப் பிணிக்கு மருந்தாகலின் நற்றாள் என்றார்' என்று எழுதினார்.

இறைவனுக்கு அன்பர் ஆகும் நெறியில் செல்வதே கல்வியின் பயன் என்று இந்நாட்டினர் கொண்டனர். இந்தக் கருத்தை இறைவன் அருள்பெற்று உயர்ந்த பெரியவர்களும் சொல்லியிருக்கின்றனர்.

"பெற்றிகொள் பிறைநுத
லீர்உமைப் பேணுதல்
கற்றறி வோர்கள்தம் கடனே"

(தேவாரம். திருநெல்வெண்ணெய்.)

என்று திருஞானசம்பந்தப் பெருமான் பாடினார். நம்மாழ்வாரோ,

"கண்டும் தெளிந்தும் கற்றார்
கண்ணற் சாவன்றி யாவரோ"

என்று அருளினார்.

சேக்கிழார், பொய்யடிமையில்லாத புலவர் என்ற தொகையடியார்களின் இயல்பை ஒரு பாட்டில் தெளிவாக எடுத்துரைக்கிறார். பொய்தீர் ஒழுக்க நெறியில் நிற்கும் அவர்கள், 'செவ்விய நூல் பலவற்றையும் ஆய்ந்தறிந்து பெற்ற மெய்யுணர்வின் பயன் இதுதானென்று சிவ பெருமானுடைய மலரடிக்கே ஆளானார்களாம்.

"செய்யுள்நிகழ் சொற்றெளிவும்
செவ்வியநூல் பலநோக்கும்
மெய்யுணர்வின் பயன் இதுவே
எனத்துணிந்து விளங்கிஒளிர்
மையணியும் கண்டத்தான்
மலரடிக்கே ஆளானார்

பொய்யடிமை இல்லாத
புலவரெனப் புகழ்மிக்கார்"

(பெரிய புராணம்)

என்பது அவர் கூறும் பாட்டு.

கல்வியின் தொடக்கமாகிய அகரத்தை உவமையாக்கி முதற் குறளைத் தொடங்கிய வள்ளுவர் அடுத்த குறளில் கல்வி முடிவையும் சொல்லிவிட்டார். இந்த இந்த இரண்டு குறட்பாக்களையும் படித்தாலே கல்வியின் முடிவும் முதலும் தெரிந்துவிடும். பள்ளிக்கூடத்துக்குள் புகும் பையனுக்குச் சொல்லும் முதலுபதேசத்தைப் போல முதற்குறளும், பட்டமெல்லாம் பெற்று வெளிவரும் மாணவனுக்குச் சொல்லும் பட்டமளிப்பு விழாச் சொற்பொழிவைப் போல இரண்டாவது குறளும் இருக்கின்றன.

அடுத்தபடி இறைவன் திருவடிப்பற்றை உடையவர்கள் என்றும் மாறாத பேரின்ப நிலையை அடைவார்கள் என்பதைச் சொல்லுகிறார். அப்படிச் சொல்லும்போது இறைவனை 'மலர்மிசை ஏகினான்' என்ற தொடரால் குறிக்கிறார். மலர்மிசை ஏகினான் என்பது அருகக் கடவுளைக் குறிப்பவர்கள் சொல்லும் தொடர். இதைப் பரிமேலழகரே, 'இதனைப் பூமேல் நடந்தான் என்பதோர் பெயர்பற்றிப் பிறிதோர் கடவுட்கு ஏற்றுவாரும் உளர்' என்று குறித்திருக்கிறார். பொதுவான நூலைச் சொல்ல வந்த திருவள்ளுவர் ஒரு கடவுளைக் குறிப்பிட்டுச் சொன்னார் என்று கொள்வது பொருத்தம் அன்று. 'ஆயின், அவர் அருகக் கடவுளுக்கே பெரும்பாலும் கூறும் இத் தொடரை ஆளாமல் பொதுவகையில் உள்ள தொடர்களைச் சொல்லலாமே!' என்ற கேள்வி எழலாம்.

திருவள்ளுவர் எல்லாச் சமயத்துக்கும் பொதுவான நூலை இயற்றினார் என்பது உண்மை. ஆனால் அவர் பிறப்பினால் ஏதேனும் ஒரு சமயத்தைச் சார்ந்தவராகவே இருந்திருக்க வேண்டும். பொதுவான நூல் செய்தாலும் பழக்கத்தினால்

தம்முடைய வகையினர் பெருக வழங்கும் சொற்களை ஆளும் நிலை வந்துவிடும். திருவாதிரையன்று நடராசப் பெருமான் திருவீதியில் எழுந்தருளுகிறார். அதை ஒரு வைணவக் குடும்பத்துப் பையன் பார்த்து, தன் நண்பனாகிய சைவப் பிள்ளைக்குச் சொல்லும் போது, "உங்கள் பெருமாள் எழுந்தருளுகிறார்" என்று சொல்வான். உங்கள் என்ற சொல்லால் வேறுபடுத்தினாலும், அவன் வழக்கமாகச் சொல்லும் பெருமாள் என்னும் சொல் அவனை அறியாமலே பேச்சிடையே வந்துவிடுகிறது. அந்த முறையில், திருவள்ளுவர் பிறப்பால் சைனராக இருப்பதனாலோ, சைனர்களிடையே மிகுதியாகப் பழகியதனாலோ இந்தத் தொடரைப் பயன்படுத்தினார் என்று தோன்றுகிறது. ஆயினும், அதற்கு எல்லாச் சமயத்துக் கடவுளருக்கும் ஏற்ற வகையில் பொருள் கொள்வதே பொருத்தமாகும். அதனால்தான், அன்பால் நினைவரது உள்ளக் கமலத்தின் கண் அவர் நினைந்த வடிவோடு விரைந்து சேறலின் ஏகினான் என 'இறந்த காலத்தால் கூறினார்' என்று பரிமேலழகர் விசேட உரையில் எழுதினார்.

இதயகமலத்தில் எழுந்தருள்பவன் இறைவன் என்பது எல்லாச் சமயத்தினருக்கும் உடம்பாடான கருத்து. "மலர்மிசை எழுதரு பொருள்" (சிவபுரம், 5) என்றும், 'ஞானம், புகலுடையோர் தம் உள்ளப் புண்டரிகத் துள்ளிருக்கும் புராணர்" (திருவீழி மிழலை, 6) என்றும் சம்பந்தர் பாடுகிறார்.

இவ்வாறு உள்ளக் கமலத்துறையும் இறைவனைத் தியானித்துத் திருவடி பற்றினவர்கள், "நிலமிசை நீடுவாழ்வார்" என்பார் வள்ளுவர்.

மலர்மிசை ஏகினான் மாணடி சேர்ந்தார்
நிலமிசை நீடுவாழ் வார்.

'இந்த உலகத்தில் நெடுநாள் வாழ்வார்' என்று பொருள் கொள்ளும்படி இருக்கிறது அது. ஆயினும், 'நிலத்தின் மேலுள்ள உலகம்' என்று 'நிலமிசை'என்பதற்குப் பொருள்

கொண்டார் பரிமேலழகர் ; 'எல்லா உலகிற்கும் மேலாய வீட்டுலகின்கண் அழிவின்றி வாழ்வார்' என்று எழுதுகிறார். இவ்வுலகில் நெடிது வாழ்வதென்பது இயற்கை அன்று.

நெருநல் உளன்ஒருவன் இன்றில்லை என்னும்
பெருமை யுடைத்திவ் வுலகு *(336)*

என்று வள்ளுவரே கூறியிருக்கிறார். ஆதலால் நிலமிசை என்பதற்கு எல்லா உலகிற்கும் மேலானது என்று பொருள் கொள்வதே பொருத்தம். "வரன் என்னும் வைப்பு" *(24)* என்றும், 'வானோர்க்குயர்ந்த உலகம்" *(346)* என்றும் வீட்டைக் குறிப்பது வள்ளுவர் வழக்கம். அவற்றை நோக்கியே இங்கும் வீடு என்று பொருள் உரைத்தார் உரையாசிரியர்.

இரண்டாவது குறளில் கற்றதற்குப் பயன் இறைவன் அடிதொழுதல் என்று சொன்னவர், அதற்குப் பின் மூன்றாவது குறளில் அடி தொழுதலுக்குப் பயன் இன்ன தென்று சொல்கிறார்; அடிசேர்ந்தார் நிலங்களுக்கு மிசையான இடத்தில் நீடுவாழ்வார்' என்றார். நீடுவாழ்தல் என்பது வீட்டுலகில்தான் நிகழ முடியும். மற்ற எந்த உலகமானாலும் வாழ்க்கை தொடர்ந்து நிகழாது.

இந்தக் குறளைத் திருவுள்ளத்தில் வைத்துப் பாடினது போல ஒரு திருப்பாட்டைத் திருஞான சம்பந்தர் அருளியிருக்கிறார். சிவபுரம் என்னும் திருத்தலத்துத் தேவாரம் அது.

"புவம்வளி கனல்புனல் புவிகலை
உரைமறை திரிகுணம் அமர்நெறி
திவம்மலி தருசுரர் முதலியர்
திகழ்தரும் உயிரவை யவைதம்
பவம்மலி தொழிலது நினைவொடு
பதுமநன் மலரது மருவிய
சிவனது சிவபுரம் நினைபவர்
செழுநில னினில் நிலை பெறுவரே"

என்பது அப்பாடல்.

'வான், காற்று, தீ, பூமியாகிய பஞ்ச பூதங்களின் நிலை, பல கலைகள், பலவற்றைச் சொல்லும் வேதம், மூன்று குணம் அமைந்த வழி, ஒளியுடைய தேவர் முதலியோரும் வேறு வகை உயிருமாகத் தரம் தோன்றும் பிறப்பாகிய தொழில் ஆகிய இவற்றின் நினைவோடு, இந்தத் துன்பத்தினின்றும் நீங்கும் பொருட்டு இதய கமலமலரில் பொருந்திய சிவபெருமானுடைய சிவபுரத்தைத் தியானிப்பவர், இன்பச் செழுமையை யுடையதாகிய வீட்டுலகத்தில் நிலையாக இருக்கப்பெறுவர் என்ற பொருளுடையது இப்பாடல். 'மலர்மிசை ஏகினான்' என்று வள்ளுவர் கூறியதுபோல, 'பதுமநன் மலரது மருவிய சிவன்' என்றார். அவர், நிலமிசை என்றதை, 'செழுநிலன்' என்றார். 'நீடுவாழ்வார்' என்பதை விளக்குவதுபோல, 'நிலை பெறுவரே' என்று முடித்தார்.

இறைவனுடைய திருவடிப்பற்றை உடையவர் ஏனை நிலங்களில் பிறந்து இறந்து வாழும் வாழ்க்கை மாறி, உயர்ந்த நிலம் என்று சொல்லப் பெறும் வீட்டுலக வாழ்வைப் பெறுவர் என்பதையே திருவள்ளுவரும் சொன்னார்; ஞானசம்பந்தரும் சொன்னார். இரண்டு இடங்களிலும் பொருள் முற்றும் ஒத்து நிற்கிறது; சொற்களிலும் ஓரளவு பொதுமை காண்கிறோம்.

ஆகவே இறைவனுடைய திருவடியைத் தொழுவதற்கு முடிந்த முடிபான பயன் பிறப்பை அறுத்து வீடு பெறுதல் என்பது வள்ளுவர் கருத்து என்பதை இதுகாறும் கூறிய வற்றால் உணரலாம்.

இடும்பை இலா வாழ்வு

கடவுள் வாழ்த்தில் நான்காவது குறளில் இறைவனை வேண்டுதல் வேண்டாமை இலான்' என்று கூறுகிறார். திருவள்ளுவர்.

வேண்டுதல்வேண் டாமை இலான் அடி சேர்ந்தார்க்கு யாண்டும்
இடும்பை இல

இறைவன் விருப்பு வெறுப்பு இல்லாதவன் என்று சொல்வதில் என்ன சிறப்பு இருக்கிறது? மனிதன் மெய்யறிவுடையவனாகும்போது விருப்பு வெறுப்பு அற்றவ னாகிறான். பிறகு அவனுக்குப் பிறவியை அடையாத நிலைமை உண்டாகும்.

வேண்டுங்கால் வேண்டும் பிறவாமை; மற்றது
வேண்டாமை வேண்ட வரும் *(362)*

என்று வேண்டாமையைப் பற்றிச் சொல்லுவார் வள்ளுவர். இறைவன் எதையும் வேண்டுகிறவன் அல்லன், எதையும் வேண்டாதவன் அல்லன் என்று கூற வேண்டிய அவசியம் என்ன?

இறைவனைத் தொழப்புகுகிறவர்களுக்கு,"இதுகாறும் அவன் அருளைப் பெறாமல் இருக்கிறோமே! நாம் அவனடியார் கூட்டத்தில் சேராமல் புறம்பே நிற்கிறோமே! நம்மை அவன் வேண்டாதவனாகக் கருதுவானோ?" என்ற ஐயம் உண்டானால் அதை மாற்றுவதற்கு இந்தக் குறளைச் சொன்னார்.

'மெய்ப் பொருளை உணர்ந்த ஞானியரும் வேண்டுதல் வேண்டாமை இல்லாதவர்கள் தாமே? இறைவனுக்கு இது

ஒரு சிறப்பா?' என்று கேட்கலாம். இருவர் இயல்பிலும் வேறுபாடு உண்டு. ஞானியர் வேண்டுதல் வேண்டாமை அற்றவர்கள்; அதாவது அவர்கள் ஞானம் பெறுவதற்கு முன் நம்போல் வேண்டுதலும் வேண்டாமையும் உடையவர்களாக இருந்து, பின்பு ஞானம் பெற்று அவற்றினின்றும் நீங்கினவர்கள். இறைவனோ இயல்பாகவே அவ் விரண்டினின்றும் விலகி நிற்கிறவன்; அவை இல்லாதவன்.

யார் வந்தாலும் அவர்களைக் காப்பாற்றும் பேரருள் உடையவன் அவன். அவனை அணுகிப் பணிந்தவர்கள் அவனுடைய அடியார்கள். அல்லாதவர்கள் அவனுக்குப் பகைவர்கள் அல்ல; வேண்டாதவர்கள் அல்ல. அவர்களும் அடியார்களாகும் வாய்ப்பை உடையவர்கள். அவன் அடியைப் பற்றினால் அவர்களுக்கு இடும்பை தீரும்.

இறைவன் அடி சேர்ந்தாருக்கு 'யாண்டும் இடும்பை இல' என்று சொல்கிறார். யாண்டும் - எவ்விடத்தும், எக்காலத்தும். இறைவன் அடியைப் பற்றாகப் பற்றினவர்கள் மறுமையில் முத்தியின்பத்தை அடைவார்கள் என்று சொல்பவர்கள் பலர். அது மட்டும் அன்று; இம்மையிலும் இடும்பை அடைய மாட்டார்கள் என்று இந்தக் குறள் குறிக்கிறது. யாண்டும் என்பது இம்மை மறுமை என்னும் இரண்டிடத்திலும் என்ற பொருளை உடையது.

இறைவனுடைய அடியைப் பற்றினவர்களுடைய மனம் தூயதாக இருக்கும். அவர்கள் ஆருயிர்களின் பால் அன்புள்ளவர்களாக வாழ்வார்கள். இறைவனிடம் மட்டும் அன்பு செய்து உயிர்களிடம் அன்பில்லாதவர்கள் உண்மை அன்பர்கள் ஆவதில்லை. ஒரு செல்வரிடம் அன்பு வைப்பவன் அவருடைய குடும்பத்தினரிடமும் அன்பு வைத்தால்தான் செல்வருடன் நெருங்கிப் பழக முடியும்; அவருடைய முழு அன்புக்கும் உரியவனாக முடியும். அவருடைய மகனைப் புறக்கணித்துவிட்டு அவரிடம் சென்றால், 'நம் மகனை இவன் புறக்கணிக்கிறான்' என்ற எண்ணம் உள்ள அவர் முழு அன்பைக் காட்டமாட்டார். இறைவனும் தன்னுடைய

குழந்தைகளாகிய உயிர்க் கூட் டத்தினிடம் அன்பு இல்லாதவர்களை அடியவர்களாக ஏற்றுக் கொள்ளமாட்டான்.

"ஈசனுக்கன் புடையார்கள் எவ்வுயிர்க்கும் அன்புடையார்"
என்பர் ஒரு புலவர்.

ஆகவே, இறைவனிடம் அன்புள்ளவர்கள் யாவரிடமும் அன்பு வைத்துப் பழகுவார்கள். அதன் விளைவாக எல்லோரும் அவர்களிடம் அன்பு பாராட்டுவார்கள். எல்லோருடைய அன்புக்கும் ஆளாக இருக்கும் அவர்களுக்கு வேண்டிய கலன்கள் அவ்வப்போது கிடைத்து வரும். அதனால் அவர்களுக்குக் குறைவற்ற வாழ்வு. அமையும். இவ்வுலக வாழ்வு துன்பமாகத் தோன்றாமல் இன்பமாகவே இருக்கும்,அதனால்தான் ஞானசம்பந்தர்,

"மண்ணில்நல் லவண்ணம் வாழலாம் வைகலும்"

என்று பாடினார். அப்பரோ,

"இன்பமே எந்நாளும் துன்பம் இல்லை"

என்றார். சுந்தரமூர்த்திகள்,

"இம்மை யேதரும் சோறும் கூறையும்
ஏத்த லாம்இடர் கெடலுமாம்"

என்றார்.

மறுமையில் இடும்பையில்லாத இன்பநிலை உண்டாகும் என்பதோடு, இம்மையிலும் இடும்பையின்றி வாழலாம் என்பதுதான் இந்த நாட்டுச் சமயங்களின் துணிபு. "இங்கே எப்போதும் துன்பத்தை அநுபவித்தால் அங்கே எப்போதும் இன்பத்தை நுகரலாம்" என்று சிலர் கூறுவதுண்டு. வள்ளுவர் அப்படிக் கூறவில்லை. இறைவன் அடி சேர்ந்தவர்கள் இம்மையிலும் மறுமையிலும் இடும்பையின்றி வாழ்வார்கள் என்பதே அவர் கருத்து.

இறைவனுக்கு அடியவராக வேண்டுமானால் அதற்கு நாள், நேரம் பார்க்க வேண்டாம். நாம் இதுகாறும் அன்பு செய்யாமையால் அவன் நம்மைக் கவனிக்க மாட்டான் என்று எண்ணவும் வேண்டாம். அவன் நம்மிடம் வெறுப்பு உள்ளவன் அல்லன். வேண்டுதலும் வேண்டாமையும் இல்லாதவனாதலின் நம்முடைய முயற்சியைக் கண்டு, பழைய நிலையை எண்ணிப் புறக்கணிக்காமல், அருள் செய்வான்.

நாம் இப்போது இடும்பைகளினிடையே வாழ்கிறோம். விருப்பு வெறுப்புக்களால் நமக்கு உண்டாகும் துன்பங் களுக்கு அளவு இல்லை. விருப்பு வெறுப்பை நீக்கிவிட்டு மெய்ஞ்ஞானம் பெற்றால் அந்த இடும்பைகள் நீங்கும். அதற்கு என்ன வழி? இயல்பாகவே விருப்பு வெறுப்புக்கள் இல்லாதவனுடைய அடியைத் தியானித்து அன்பு செய்வது தான் வழி. இந்தக் கருத்தை இந்தக் குறள் புலப்படுத்துகிறது.

இறைவன் வேண்டுதல் வேண்டாமை இலான் என்பதைப் பிறரும் கூறியுள்ளனர்.

"வேண்டாமை வேண்டுவதும் இல்லான் தன்னை"

என்பது அப்பர் தேவாரம். சைன நூலாகிய திருக்கலம் பகத்திலும்,

"வேண்டுதல் வேண்டாமை இல்லாத வீரன்"

என்ற தொடர் வருகிறது.

உலகில் துன்பப்படும் மக்கள், "கடவுள் திறந்து கண் பார்க்கவில்லையே!" என்று வருந்தி உரைப்பதை நாம் கேட்டிருக்கிறோம். தமக்கு வேண்டியவர்களுக்கு வேண்டியவற்றை அளித்து நலம் செய்வதும் மற்றவர்களைக் கவனிக்காமல் இருப்பதும் மனிதர்களுக்கு இயல்பு. இறைவனும் அப்படிச் சிலரிடம் மட்டும்

விருப்புடையவனாக இருக்கிறான் போலும்' என்ற நினைவு வன்மையில்லாத உள்ளத்தில் உண்டாகும்.

இறைவன் வேண்டுதல் வேண்டாமை இல்லாதவன். எல்லோரும் அவனுக்கு ஒரு நிலையில் இருப்பவர்களே குளிர்காலத்தில் ஓரிடத்தில் தீ மூட்டியிருக்கிறார்கள். அதனிடம் யாராக இருந்தாலும் வந்து குளிர் காயலாம். அது எல்லோருக்கும் பொதுவானது. ஆனாலும் அதன் அருகில் சென்று அமர்ந்தால்தான் குளிர் காய முடியும். குளிரைப் போக்கும் ஆற்றல் அந்த நெருப்புக்கு இருக்கிறது. குளிர்கிறவர்கள் பக்கத்தில் அது போய் நிற்காது. குளிருடையவர்கள் தாமே அதன் அருகில் சென்று குளிர் காய வேண்டும்.

இறைவனும் அவ்வாறே இருக்கிறான். தன் அருகில் வந்தவனை, "நீ வேண்டாதவன்" என்று ஒதுக்கித் தள்ள மாட்டான். அவனுக்கு வேண்டாதவர் இல்லை; வேண்டியவர் என்றும் தனியே சிலர் இல்லை. நம்முடைய முயற்சியைக் கொண்டு அவனுடைய அருளைப் பயன்படுத்திக் கொள்ள வேண்டும். எந்தக் காலத்திலும் எந்த இடத்திலும் அவனை அணுக வழி உண்டு.

கதிரவன் வானில் நின்று கதிரை வீசுகிறான். அவனுக்கு யாரிடமும் விருப்பு இல்லை; யாரிடமும் வெறுப்பும் இல்லை. ஆயினும் கதிரவன் முன் தாமரைகள் மலர்கின்றன; குவளைகள் குவிகின்றன. மனிதன் பனியால் உண்டாகும் துன்பம் தீர்கிறான்; எலும்பு இல்லாத புழுச் செத்துப் போகிறது. சுடரோனுடைய கதிர், ஒன்றுக்குத் தனி வெம்மையாகவும் ஒன்றுக்குச் சற்றே குறைவாகவும் வீசுவதில்லை. ஆனாலும் அந்த அந்தப் பொருளின் தன்மைக்கு ஏற்ப விளைவு உண்டாகிறது.

இறைவனுடைய திருவருளும் அத்தகையதே. யார் யார் அவனை அணுகி அவனுடைய அடியைச் சேர்கிறார்களோ,

தியானிக்கிறார்களோ, அவர்களுக்கு இடும்பை இல்லாமற் போய்விடும்.

அடிசேராதாருக்கு இடும்பைகள் உளவர்கலும், அடி சேர்ந்தாருக்கு இடும்பைகள் இலவாகலும் உண்டாகும். இரண்டு பேருக்கும் பொதுவாக அவன் இருப்பினும் அடி சேரும் முயற்சி இல்லாதவன் இறைவனால் அடையும் பயனைப் பெறமாட்டான். அடிசேர்ந்தவனே அந்தப் பயனைப் பெற்று இன்புறுவான்; இம்மையில் வரும் இடும் பைகளையும் மறுமையில் வரும் இடும்பைகளையும் இல்லாமற் செய்துகொள்வான்.

"கங்கை சேர்தரு சடையினர் கடிக்குளத்
துறைதரு கற்பகத்தை
எங்கும் ஏத்திநின் றின்புறும் அடியரை
இடும்பைவந் தடையாவே"

என்ற திருஞானசம்பந்தர் திருப்பாட்டிலும், அடி சேர்ந்த அடியரை இடும்பை வந்து அடையா என்ற கருத்தைக் காணலாம்.

'யாண்டும் இடும்பை இல' என்ற தொடருக்கு இன்னும் ஒரு வகையில் பொருள் கொள்ளலாம். 'அடிசேராதாருக்கு இடும்பை உண்டாகும் இடம் எதுவானாலும் அங்கும் அடியார்களுக்குத் துன்பம் உண்டாகாது என்ற கருத்தையும் அத்தொடரால் பெறலாம்.

மற்றவர்களுக்கு இவ்வுலகம் துன்பத்தைத் தருவதாகத் தோற்றுகிறது. அடியார்களுக்கோ இவ்வுலகம் இன்பம் தருவதாக அமைகிறது.

"மனித்தப் பிறவியும் வேண்டுவ தேஇந்த மாநிலத்தே" என்று பாடுவார் அப்பர்.

"தெண்ணிலா மலர்ந்த வேணியாய் உன்றன்
திருநடம் கும்பிடப் பெற்று

மண்ணிலே வந்த பிறவியே எனக்கு
வாலிதாம் இன்பமாம்"

என்று சுந்தரர் கூறியதாகச் சேக்கிழார் பாடுவார்.

அவர்களுக்கு இறைவன் அடிசேர்ந்த திறத்தினால் இவ்வுலகம் இன்ப மயமாகின்றது. வீட்டுல இன்பத்தை யும் புறக்கணிக்கும் அளவுக்கு அவர்களுடைய நிலை உயர்ந்து விடுகிறது.

"கூடும் அன்பினிற் கும்பிட லேயன்றி
வீடும் வேண்டா வீறலின் விளங்கினார்"

என்று இறைவன் அடியைச் சார்ந்த திருத்தொண்டர்களின் பெருமையைப் பெரிய புராணம் கூறுகிறது.

இதைவிடப் பின்னும் ஒரு சிறப்பு உண்டு. தேவலோகம் இன்பத்துக்கே இடமானது; பூவுலகா் இன்பமும் துன்பமும் கலந்த நுகர்ச்சியைத் தருவது; நரகலோகம் துன்பத்துக்கே இடமானது. இவ்வாறு கொள்வது மரபு. இன்பமும் துன்பமும் கலந்த பூவுலக வாழ்க்கை இறைவன் அடிசேர்ந்தார்க்கு இடும்பையற்றதாகும் என்பதை முன்பு பார்த்தோம். நரகலோகங்கூட அவர்களுக்குத் துன்பத்தைத் தராதாம். இறைவன் அருளாகிய விளக்கைப் பிடித்தவர்கள் இருள் உள்ள இடத்துக்குப் போனால் அவர்களளவில் இருள் தோன்றாது. மழைபெய்துகொண்டிருக்கும் போது குடையைப் பிடித்துக்கொண்டவன் அந்த மழையினிடையே நின்றும் நனையாமல் இருப்பான். நரகத்தில் இறைவன் அடி சேர்ந்தவன் இருக்க நேர்ந்தாலும் அவன் நுன்பத்தை அடைய மாட்டான்.

"நரகத்தில் இடர்ப்படோம்'"

என்று திருநாவுக்கரசர் அருளிய பாட்டில் இந்த அரிய உண்மை புலனாகிறது. நரகம் அடையமாட்டோம் என்று அவர் கூறவில்லை. 'நரகத்திற்குப் போவதாக இருந்தாலும் அங்கே

இடும்பையை அடைய மாட்டோம்' என்று பொருள் கொள்ளும்படி பாடுகிறார்.

இதனை இன்னும் தெளிவாகச் சொல்கிறார் மணிவாககப் பெருமான்.

"... நரகம் பெறினும்
எள்ளேன் திருவரு ளாலே
இருக்கப் பெறின் இறைவா"

என்பது அவர் திருவாக்கு. 'நின்னுடைய திருவருள் அதை விலக்க துணையால் நரகத்துக்குப் போனாலும் மாட்டேன்' என்கிறார். 'விளக்கைக் கொடுத்தால் இருட்டில் போக அஞ்சமாட்டேன்; தெப்பம் இருந்தால் குளத்திற்கு அஞ்சமாட்டேன்' என்று சொல்வதுபோல இருக்கிறது அது. இறைவனுடைய அருள் இருந்தால் எந்த இடத்தில் இருந்தாலும் எந்தக் காலத்தில் இருந்தாலும் அங்கே அப்போது இன்பமே அடியவர்களுக்குக் கிடைக்கும்; துன்பம் அணுகாது. முத்தி கிடைக்கிறபோதுதான் அடியார்கள் இன்பத்தை அடைவார்கள் என்ற வரையறையில்லை. மறுமையில் அவர்களுக்கு இடும்பையில்லா இன்ப வாழ்வு எவ்வளவு உறுதியோ, அவ்வளவு உறுதி இம்மை வாழ்வும் இன்ப வாழ்வாகும் என்பது. நரகம் புகுந்தாலும் அவர்களின் அளவில் அங்கேயும் இடர் இராது; இன்பமே உறும்.

இவற்றையெல்லாம் நினைவு கூரும் வண்ணம், "யாண்டும் இடும்பை இல" என்றார் வள்ளுவர்.

வேண்டுதல்வேண் டாமை
இலான் அடி சேர்ந்தார்க்கு
யாண்டும் இடும்பை இல.

பொருள் சேர் புகழ்

மனிதனுடைய உடம்பிலுள்ள கருவிகள் இரண்டு வகைப்படும். அறிகருவி, செய்கருவி என்பவை அவை; ஞானேந்திரியம், கர்மேந்திரியம் என்று கூறுவர். நாக்கு, சுவையுணர் கருவியாக இருக்கும் போது ஞானேந் திரியமாகிறது; பேசும் கருவியாக இருக்கும்போது கர்மேந் வாய் உண்ணு திரிய மாகிறது. விலங்கினங்களுக்குவதற்கே பெரும்பாலும் பயன்படுகிறது. மனிதனுக்கோ உண்ணும் நேரம் சிறிது; உரையாடும் நேரம் பெரிதாக இருக்கிறது.

பேசுவதனால் வாய் சிறப்புப் பெறுகிறது; உண்ணுவதனால் அன்று. நம்மைக் காட்டிலும் பெரிய கவளத்தை விழுங்கும் பெரிய வாயையுடைய யானையை அதன் வாயின் பெருமையைக் கொண்டு யாரும் வாயுள்ள பிராணியாகச் சொல்வதில்லை. மனிதன் ஒருவனே வாயுள்ள பிராணி; மற்றவை யாவும் வாய் இல்லாப் பிராணிகளே. விலங்குகளுக்கெல்லாம் வாய் இருந்தாலும் உரைக்கும் வாய் இல்லை. உரைக்கும் வாயே வாய் என்னும் பெருமைக்கு உரியதாதலின் உண்ணும் வாய் பெற்றும் விலங்குகளை வாயில்லாப் பிராணிகள் என்று சொல்கிறோம். மனிதன் பெற்ற பெருவரம் வாயினாற் பேசும் ஆற்றல். அதை அவன் வளர்த்துக் கொண்டு வந்திருக்கிறான். ஒருவன் ஏதேனும் ஒரு கருவியோ, பொருளோ வைத்திருந்தானானால் அதைக் கொண்டு மிகச் சிறந்த பயனை அடைவதுதான் அறிவுக்கு அழகு. மனிதன் பெற்ற கருவிகளுக்குள் சிறந்தது வாக்கு என்றால், அதனைக் கொண்டு மிகச் சிறந்த பயனைப் பெறவேண்டும்; பயனுள்ள பேச்சைப் பேசவேண்டும்.

வாக்கினால் நிகழும் குற்றங்களை நால் வகையாகப் பிரிப்பார்கள். திருவள்ளுவரும் அந்த நால்வகைக்

குற்றங்களையும் அகற்ற வேண்டும் என்று நான்கு அதிகாரங்களில் கூறுகிறார். பொய்கூறல், புறங்கூறுதல், இன்னாத கூறல், பயனில் கூறல் என்பவை அந்த நான்கு குற்றங்கள். பயனற்ற சொற்களைக் கூறுபவனை மனிதனென்று சொல்லாதே, மனிதப் பதர் என்று சொல் என்று ஒரு குறளில் கூறுகிறார். பயனிலவற்றைப் பேசி ஆற்றலையும் காலத்தையும் வீணாக்கக் கூடாது என்பதிலிருந்து, பயனுள்ளவற்றையே கூற வேண்டும் என்ற கருத்தைப் பெறலாம். பயனில் சொல்லாமை என்னும் அதிகாரத்தின் இறுதிக் குறளில் இந்த இரண்டு கருத்தையும் ஒருங்கு வைத்துச் சொல்கிறார்.

சொல்லுக சொல்லிற் பயனுடைய; சொல்லற்க
சொல்லிற் பயன் இலாச் சொல். *(200)*

ஏனையவர்கள் செய்யும் செயலைக் காட்டிலும் சிறப்பான பயனுடைய செயலைச் செய்வது அறிவுடைய பெரியார் இயல்பு. ஆதலின் மற்றவர்கள் ஓரளவு பயனுடைய சொற்களைச் சொன்னால், அந்தப் பெரியவர்கள் பெரும் பயனையுடைய சொற்களையே சொல்வார்கள். பெரும்பயன் இல்லாதவற்றைப் பேச மாட்டார்கள். இதனையும் வள்ளுவர் கூறுகிறார்:

அரும்பயன் ஆயும் அறிவுடையார் சொல்லார்
பெரும்பயன் இல்லாத சொல் *(199)*

இதன் உரையில் பரிமேலழகர், அறிதற்கரிய பயன்களாவன வீடு பேறும், மேற்கதிச் செலவும் முதலாயின. பெரும்பயன் இல்லாத எனவே, பயன் சிறிது உடையனவும் ஒழிக்கப்பட்டன' என்று விளக்கம் தந்தார்.

ஆகவே, அரிய வரமாகிய பேசும் ஆற்றலைப் பெற்ற மனிதன் உயர வேண்டுமானால், பெரும்பயனை யுடையவற்றைப் பேச அந்த ஆற்றலைப் பயன்படுத்திக் கொள்ள வேண்டும். மனிதன் பெறும் வாழ்க்கைப் பயன்கள் நான்கு; அறம், பொருள், இன்பம், வீடு என்பவை. அவற்றுள் முடிந்த

முடிபான பயன் வீடு பேறு. அந்த லட்சியத்தை நினைவில் இருத்தியே நாம் வாழ் வேண்டுமென்பது இந்த நாட்டினர் கொள்கை. அறம், பொருள், இன்பம் என்ற மூன்றும் வீடு பெறுவதற்குரிய படிகளாக இருப்பவை. இன்பம் என்பது ஒருவன் ஒருத்தியோடு மனம் ஒன்றி இல்லற வாழ்க்கையில் பிணிப்புண்டு இன்புறுவது. அதையும் வீட்டை அடைய ஒரு வழியாகவே கொள்வர். ஆதலின் மனித வாழ்வில் அவன் செய்யும் செயல்கள் யாவும் அவனுடைய இறுதி லட்சியமாகிய வீடு பேற்றுக்கு மாறாக அமையாமல், அதற்குத் துணையாகவே அமைய வேண்டும்.

அப்படியானால் அவனுடைய பேச்சும் அந்த நெறியில் இருக்க வேண்டும் என்று தனியே எடுத்துச் சொல்ல வேண்டுமா? இறைவன் திருவருளைப் பெற்று வீடுபேறு அடைய வேண்டும்; அந்த அருளைப் பெறும் வகையில் நம் வாக்கு அல்லது பேச்சு இயங்க வேண்டும். இரு வினையும் நீங்கி மெய்ஞ்ஞானம் பெற்று வீடு பெறும் வகையில் நம் வாக்குப் பயன் பெற வேண்டும்.

கடவுள் வாழ்த்தில் மன மொழி மெய்களால் இறை வனை வழிபட வேண்டுமென்று வள்ளுவர் சொன்னதைப் பார்த்தோம். மொழி வழிபாட்டை வற்புறுத்துவது,

இருள்சேர் இருவினையும் சேரா, இறைவன்
பொருள்சேர் புகழ்புரிந்தார் மாட்டு *(5)*

என்னும் குறள்.

மயக்கத்தைச் சேரும் இருவகை வினைகளும், இறைவனது உண்மையான புகழை விரும்பினவர்களிடம் அடையா என்பது இதன் பொருள். நல்வினை, தீவினையாகிய இரண்டுமே பிறப்புக்குக் காரணமானவை. தீவினை இரும்பு விலங்கானால், நல்வினை பொன்விலங்கு போன்றது. இரண்டும் விலங்குகளே. இரண்டு வினைகளும் அற்றால்தான் முத்திப் பேறு கிடைக்கும். ஆதலின், 'இருள்சேர் இருவினை'

என்றார். அவை சேராவிடின் ஞானம் உண்டாகும். அதனால் இறைவன் திருவருள் அனுபவம் கிட்டும்.

இந்த நிலையைப் பெறும் வழிகளில் ஒன்று, இறைவ னுடைய பொருள்சேர் புகழை விரும்பிக் கூறுதல். புரிதல் - விரும்புதல்; இங்கே விரும்பிக் கூறுதல்.

வள்ளுவர் இறைவன் புகழை, பொருள்சேர் புகழ் என்றார். 'இறைவனது மெய்ம்மை சேர்ந்த புகழ்' என்று பரிமேலழர் உரை வகுத்தார். பொருள் என்பது உண்மையைக் குறிக்கும் சொல்லாக இங்கே நின்றது. சொல்லுக்குரிய அர்த்தத்தையும் பொருள் என்று கூறலாம். பேசும். சொல்லுக்குரிய பொருள் எதுவோ, அந்தப் பொருள் நாம் சொல்லும் இடத்தில் நன்றாகப் பொருந்த வேண்டும். அப்போதுதான் அது பொருள் பெற்ற சொல் ஆகும். கண் இல்லாதவனைச் செந்தாமரைக் கண்ணன் என்று சொல்கிறோம். செந்தாமரைக் கண்ணன் என்ற தொடர், பொருள் இல்லாதது அன்று; அதற்குப் பொருள் உண்டு. ஆனால் அந்தப் பொருளையும்

அந்தப் பொருளையும் குருடனுடைய இயல்பையும் வைத்துப் பார்த்தால் பொருந்துவதில்லை. அப்போது அது பொருளுடைய தொடரானாலும், பொருள் இல்லாத் தொடர் ஆகிவிடுகிறது.

நாம் எவ்வளவோ பேரைப் புகழ்கிறோம். அந்தப் புகழை அவர்களும் ஏற்றுக்கொள்கிறார்கள். அது அவர் களுக்குப் பொருந்துவதாக இருந்தால் அது பொருளுடைய புகழாகும். இல்லையானால் அது பொருள் இல்லாப் புகழ் ஆகிவிடும். ஈகை, வீரம், செயற்கருஞ் செயல் செய்யும் ஆற்றல் முதலியவற்றை உடையவர்களை நாம் புகழ்ந்து பாராட்டுகிறோம். புகழ் பல வகையானாலும் ஈகையால் விளையும் புகழே சிறந்தது.

உரைப்பார் உரைப்பவை எல்லாம் இரப்பார்க் கொன்று
ஈவார்மேல் நிற்கும் புகழ் *(232)*

என்பது குறள்.

ஈவாரைக் கொண்டாடுவது உலக மக்களின் இயல்பு.

ஈகையென்னும் இயல்பு யாவரிடத்தும் இருப்பதில்லை. ஈகைக்குரிய பொருள் இருந்தும் ஈயாமல் உள்ளவர் பலர். ஈவதற்குரிய மனம் இருந்தும் பொருளின்மையால் ஈயா தார் பலர். பணமும் மனமும் பணமும் மனமும் இருந்தும் ஈய வகையில்லாமல் திண்டாடுவோர்களும் இருக்கின்றனர். எல்லாப் பொருளையும் படைத்தவன் இறைவன். அவன் மக்களைக் கருவியாகக் கொண்டு, பெறுவோருக்குப் பொருள் கிடைக்கச் செய்கிறான். "இரப்பவர்க் கீய வைத்தார்" என்பது அப்பர் தேவாரம்.

ஒரு பொருளை ஒருவர் கொடுத்தால் கொடுத்தவரை நன்றியுடன் புகழ்வது முறை என்ற அறிவு நமக்கு இருக்கிறது. ஆனால் கொடுத்தவரை இயக்கிக் கொடுக்க வைத்தவனை மறந்து விடுகிறோம். நெடுந் தூரத்திலுள்ள ஊரிலிருக்கும் நண்பன் ஒருவன் தன் தோழனுடைய வறிய நிலையை அறிந்து ஐம்பது ரூபாய் தபால் மூலம் அனுப்புகிறான். அந்த மணியார்டரைத் தபால் சேவகன் கொணர்ந்து கொடுக்கிறான். பணத்தை எண்ணி அவன் கொடுக்க, வறியவன் பெற்றுக்கொள்கிறான். கண்முன்னே பணத்தைத் தருகிறவன் தபால் சேவகன்தான்; இது பிரத்தியட்சம். அவனுக்கு நன்றி கூறுகிறான் வறியவன். ஆனால் பணம் பெற்றவன் அறிவுடையவனாதலால், பணத்தை நேரிலே கொடுத்தவன் வாயிலாக உதவி புரிந்தவன், அதாவது அதனை அனுப்பியவன், தன் நண்பன் என்பதை உணர்கிறான். அவன் நேரே இருந்து பணத்தைக் கொடுக்காவிட்டாலும், மறைவிலிருந்து அனுப்பியதனால் தான் பணம் தன்னை அடைந்தது என்ற உண்மையை அவன் ஊகித்து உணர்கிறான். தாமதம் செய்யாமல் பணத்தைக் கொணர்ந்து கொடுத்த தபால்காரனுக்கு நன்றி தெரிவித்தவன், தன்னுடைய உள்ளத்து உணர்ச் சியை யெல்லாம் கொட்டிப் புகழ்ந்து ஒரு நெடுங்கடிதத்தைத் தன் நண்பனுக்கு எழுதுவான் அல்லவா?

அப்படி எழுதினால் தானே அவனை உண்மையாக நன்றியறி வுடையவன் என்று சொல்லலாம்? தபால்காரனிடம் நன்றி கூறின அளவிலே அவனுடைய கடமை தீர்ந்துவிட்ட தாகுமா? ஒருகால் தபால்காரனுக்கு நன்றி தெரிவிக்காமல் போனாலும், பணம் அனுப்பிய நண்பனுக்கு நன்றி யறிவு காட்டும் கடிதத்தை எழுதாமல் இருப்பது மனிதத் தன்மைக்கே இழுக்கானது. அவனுக்கு உய்வே இல்லை.

இவ்வாறே, உலகில் நமக்கு உபகாரம் செய்கிறவர்களைக் கருவியாக்கி, அந்த ஈகையை நிகழ்த்துவதற்கு மூலமாய், மறைவில் இருந்து வழங்குபவன் இறைவன். அவன் திருவுள்ளம் இல்லாவிட்டால் நம் கையிலுள்ள பொருளே நமக்குப் பயன்படாது; பிறர் கைப்பொருள் நமக்கு எப்படிக் கிடைக்கும்?

நாம் ஒரு பொருளைப் பெற்றதற்குரிய நன்றியறிவும் இறைவனைச் சேருவதுதான் முறை. மற்றவை, கருவிகளுக்குக் காட்டுகிற நன்றி. இறைவனாகிய மூலப்பொருளைப் புகழ்வதுதான் பொருள் உடையது. நன்றாக எழுதின எழுத்தாளனது பேனாவைப் பார்த்து, "இது ஆகிவந்த பேனா" என்று சொல்வது வழக்கந்தான். ஆனால் அப்படிச் சொல்வது, எழுத்தாளனுக்குரிய புகழைக் குறைப்பதில்லை. உண்மையில் எழுத்தாளன் கைப்பட்டதனால்தான் அந்தப் பேனாவுக்கே மதிப்பு உண்டாயிற்று. அது வெறும் கருவி தான்.

நமக்கு உபகாரம் செய்யும் யாவரும் இறைவனுடைய அருளாணைக்கு ஏற்பவே அது செய்கிறார்கள். ஆதலின் அவர்கள் கருவிகளைப் போன்றவர்கள். கருவியைப் புகழ்ந்து கருத்தாவை மறக்கிறவர்கள் சொல்கிற சொல்லுக்குப் பொருள் உண்டா? அந்தச் சொல் பொருத்தமாக இருக்குமா?

ஆகவே, எவன் எல்லா உபகாரங்களுக்கும் மூலமாக நின்று அருளுகிறானோ, அவனைத்தான் புகழ வேண் டும். அந்தப் புகழே மெய்ப்புகழ்; பொருள் சேர் புகழ்.

ஈகை மாத்திரம் அன்று; புகழுக்குரிய எந்தச் செயலையும் செய்வதற்கான வாய்ப்புகளை அருளுகிறவன் இறைவன். அவனே தனிநாயகனாக நின்று எல்லாவற்றையும் இயக்குகிறான். பெரிய கோயிலை ஒரு பெரு வள்ளல் கட்டுகிறார். அற்புதமான சிற்ப வேலைப் பாடுகளுடன் அந்தத் திருக்கோயில் அமைகிறது. அப்படி அமைத்த சிற்பியை யாவரும் பாராட்டுவார்கள். ஆயினும் அந்தச் சிற்பி கூலி வாங்கி வேலை செய்தவன். அவன் பெறும் புகழைவிட ஆலயத்தைக் கட்டுவித்த வள்ளலுக்கே மிகுதியான புகழ் சாரும். அந்தக் கோயிலை யார் சுட்டிப் பேசினாலும், அந்த வள்ளல் கட்டிய கோயில் என்று சொல்வாரே யன்றி, சிற்பி கட்டியது என்று கூறமாட்டார். உண்மையில் சிற்பி ஒருவன் மாத்திரம் தனி நின்று அந்தக் கோயிலைக் கட்ட முடியாது. பல பல துணைவர்களையும், தொழிலாளர்களையும் வைத்துக் கொண்டு கட்டியிருப்பான். அந்த ஆலயம் நிறைவேறும்படி செய்த செயலில் ஒவ்வொருவருக்கும் பங்கு உண்டு. யாருக்கும் தனியே புகழ் இல்லை. ஆனால் வேறு யாருக்கும் பங்கு போடாத புகழ், கட்டுவித்த வள்ளலுக்குக் கிடைக்கிறது. வேலை செய்தவர்களுடைய நினைவு எளிதில் மறந்து போகும். வள்ளல் நினைவு என்றும் இருக்கும். இதுவே இயல்பு; இதுவே முறை.

அவ்வண்ணமே பல பல செயல்களால் புகழ் பெறுகிறவர்களுக்கு அப்புகழைப் பெறும் உரிமை சிறி தளவே உண்டு. 'அவனன்றி ஓரணுவும் அசையாது' என்பது உண்மையானால், எல்லாவற்றையும் செய்விக்கும் இறைவனுக்கே பங்கு போடாப் புகழ் சார வேண்டும். அதுதான் உண்மையான புகழ்; பொருள் சேர் புகழ்.

இறைவன் ஒருவனே புகழத் தக்கவன் என்னும் கருத்தை அப்பர் சுவாமிகள்,

"பொன்னானாய் மணியானாய்
போக மானாய்
பூமிமேல் புகழ்தக்க

பொருளே நின்னை
என்னானாய் என்னானாய்
என்னின் அல்லால்
ஏழையேன் என்சொல்லி
ஏத்து கேனே"

என்ற திருப்பாட்டில் புலப்படுத்துகிறார்.

இறைவனுடைய புகழைப் பாடுவாருக்கு உண்மையையே கூறும் தகுதியும், பயனுடையவற்றையே பேசும் நிலையும், இனியவற்றையே உரைக்கும் தன்மையும் அமைகின்றன. அதனால் அவர்கள் இறைவன் திருவருளைப் பெறுகிறார்கள்.

"பொய் அஞ்சி வாய்மைகள் பேசிப்
புகழ்புரிந் தார்க்கருள் செய்யும்
ஐயஞ்சின் அப்புறத் தானும்
ஆரூர் அமர்ந்தஅம் மானே"

என்பதில் திருநாவுக்கரசர் இக்கருத்தை அருளினார். இறைவன் திருவருளால் இருவினையும் அறும்; வீடு பேற்றை எளிதில் அடையலாம். இவற்றை எண்ணியே திருவள்ளுவர்,

இருள்சேர் இருவினையும் சேரா, இறைவன்
பொருள்சேர் புகழ்புரிந்தார் மாட்டு

என்ற அருமைத் திருக்குறளைப் பாடினார்.

பழைய நூலாகிய பரிபாடலில் திருமாலைப் புகழும் ஒரு பாட்டில்,

"இருமை வினையும் இல ஏத்துமவை"

என்ற அடி வருகிறது. ஏத்தும் ஆன்மாக்கள் இரு வினையும் இல்லாதவர்களாகிறார்கள் என்ற கருத்தை உடையது அது.

திருஞான சம்பந்தப் பெருமான் மாகறல் பதிகத்தில்,

"சாயவிர லூன்றிய இராவணன்
தன்மைகெட நின்றபெருமான்
ஆயபுகழ் ஏத்தும் அடியார்கள்வினை
யாயினவும் அகல்வ தெளிதே"

என அருளினார். திருக்குறட் கருத்து அதில் செறிந்திருப்
பதைக் காணலாம்.

பொய் தீர் நெறி

"உலகம் பொய்; இதை நம்பக்கூடாது."

"கானல்நீர் பொய்; அதை நம்பி ஏமாந்து போகக் கூடாது."

"மலடி மகன் என்பது பொய்; மலடி என்ற பெயரே அவளுக்குக் குழந்தை இல்லை என்பதைக் காட்ட வில்லையா?"

இப்படிப் பேசுகிற பேச்சில் மூன்று பொய்கள் வருகின்றன. மூன்றும் பொய் என்று சொன்னாலும் வெவ்வேறு வகையானவை. உலகம் நமக்கு மெய்யாகவே தோன்றுகிறது; அதை எப்படிப் பொய் யென்று சொல்லுவது? ஆனாலும் அதை மாயம் என்று சொல்வோர் இருக்கிறார்கள். அது நிலையாமையை உடையது என்ற கருத்தில்தான் பொய் சொல்கிறார்கள். மன்னாப் பொருளைப் பொய் என்று சொல்வது மரபு. மன்னுதல் என்பதற்கு இருத்தல், நிலையாக இருத்தல் என்ற இரு பொருளும் உண்டு. நிலையாமையையுடைய பொருளை மித்யை என்று வடமொழியாளர் கூறுவர். அது ஒரு வகைப் பொய். உடல் பொய் என்பதும் இத்தகையதே.

கானல்நீர் என்பது மற்றொரு வகைப் பொய். கானல் என்று தெரியாதபோது அது நீராகத் தோற்றுகிறது; அதை நீரென்றே நம்புகிறோம். அது கானல் என்று தெரிந்தவுடன் அது மறைந்து போவதில்லை. நீராகத் தோன்றும் தோற்றம் அப்படியே இருக்கிறது; ஆனால் அதை நீரென்று நாம் நம்புவதில்லை. நாடகத்தில் நடிப்பவன் தான் ஏற்ற பாத்திரத்தைப் போலவே நடிக்கும் போது, நாம் அந்தக் கோலத்தில் ஈடுபடுகிறோம்; ஆனால் அவன் அந்தப் பாத்திரமே யல்லன் என்ற உணர்வோடு ஈடுபடுகிறோம். கானலென்று தெரிந்த பிறகும்

அதன்கண் நீரைப்போன்ற தோற்றத்தைக் காணுகிறோம்; அந்த நிலை நாடகத்தின் காட்சியைப் போன்றது.

மூன்றாவது வகையான பொய், உண்மையிலே இல்லாதது. இவ்வகைப் பொய்க்கு மலடி மகன், ஆகாயத்தாமரை, குதிரைக் கொம்பு என்பனவற்றை எடுத்துக்காட்டாகச் சொல்லலாம்.

நெடுங்காலம் நிலையாததை நிலைக்குமென்று நம்பி வாழ்வதும், ஒன்றை வேறொன்றாக எண்ணி வாழ்வதும், இல்லாததை எண்ணி வாழ்வதுமாகிய மூன்று வாழ்வும் பொய்யைப் போற்றும் வாழ்வென்றே சொல்லி விடலாம்.

இந்த மூன்று வகைப் பொய்யினிடையே வாழ்ந்தாலும் மெய்யுணர்வு பெற்றவன் உண்மையை உணர்ந்து மெய்ந்நெறியிலே நடப்பான். நிலையாத பொருளோடு பழகும்போது அது நிலையாததென்ற நினைவோடே செயல் செய்வான். இளமை நிலையாது என்பதை உணர்ந்தால், அது இருப்பதற்குள் நல்ல செயல்களைச் செய்வான். உடம்பு நிலையாது என்பதை உணர்ந்தால், அது உள்ளவரைக்கும் நல்ல பயனை அடைவதற்குரிய வழியில் அதைப் பயன்படுத்துவான். அது என்றும் இருப்பதாக எண்ணிக் கொள்கையை மறந்து ஈடுபட்டுவிட மாட்டான்.

உண்மைப் பொருளை உணர்ந்தவர்களும் உடம்பைப் பேணுவார்கள்; உணராதவர்களும் பேணுவார்கள். ஆனாலும் இருவர் நிலைக்கும் வேறுபாடு உண்டு. இந்த உடம்பு பெறுவதற்கு அறிய கருவியாக நமக்குக் கிடைத் திருக்கிறதென்று உணர்ந்து, உயிருக்கு உறுதி தரும் துறை களில் கருவி கரணங்களை இயக்கிப் பயன் பெறுவார்கள் பெரியவர்கள்.

"உடம்பினுள் உத்தமன் கோயில்கொண் டானென்
றுடம்பை வளர்த்தேன் உயிர்வளர்த் தேனே"

என்று திருமூலர் கூறுவார்.

உடம்பு நிலையாததென்பதை உணர்ந்து அதை ஒறுத்து அழிப்பது அறிவாகாது. உடம்பு ஐம்பொறிகளை உடையது. ஐம்பொறிகளாலும் நாம் உலகப் பொருள்களை நுகர்கிறோம். அவற்றை மேலும் மேலும் நுகரவேண்டும் என்ற அவா என்றும் அடங்குவதே இல்லை. அதன் பயனாக இந்தப் பிறவி போனாலும் மீட்டும் ஐம்பொறிகளையுடைய உடம்பைப் பெற்று மீட்டும் அந்த நுகர்ச்சியில் ஈடுபடுகிறோம். பிறவி அறாமல் தொடர்ந்து வந்து கொண்டே இருக்கிறது.

அதற்கு மாறாக, உடம்பைக் கொண்டே உடம்பு வாராமல் இருக்கும் நெறியில் நடப்பதே அறி வுடைமை. முள்ளை முள்ளால் எடுப்பதுபோல, இந்த உடம்பைக் கருவியாகக் கொண்டே இறைவனை வணங் கியும் வாழ்த்தியும் தியானித்தும் பாசத்தினின்றும் நீங்கவேண்டும். ஐம்பொறிகளையும் உலகியற்பொருள் நுகர்ச்சியில் ஈடுபடுத்தாமல் இறை யுணர்ச்சியோடு வாழவேண்டும். கண்ணைப் பாராமல் மூடிக் கொள்ள வேண்டும் என்பது அன்று. கண்ணால் பார்ப்பனவற்றில் இறைவனுடைய எண்ணம் உண்டாக வேண்டும். ஐம் பொறிகளையும் செயற்படாமல் ஒழிப்பது என்பது இயலாத காரியம். அவற்றை மடை மாற்றி இறைவனோடு தொடர்புடைய பொருள்களின் நுகர்ச்சியிலே ஈடுபடுத்த வேண்டும்; அல்லது நுகர்ச்சிப் பொருளில் இறை வனுடைய உணர்வு உண்டாகும்படி அமைத்துக்கொள்ள வேண்டும்.

இந்த நாட்டில் கடவுள் வழிபாட்டில் ஐம்பொறி களுக்கும் வேண்டிய நுகர்ச்சிகளை வைத்திருக்கிறார்கள். கண்ணினால் பார்க்க ஆண்டவனுக்குப் பல வடிவங்களையும் பல கோயில்களையும் அமைத்து, பல அலங்காரங்களைச் செய்து, விழாவும் உலாவும் நடத்திப் பார்வையைத் தெய்வ உணர்வுடையதாகச் செய்தார்கள். இறைவனுடைய புகழை இசை கலந்து பாடி, அவன் விளையாடலைச் சொற்சுவை பொருட்சுவை பொருந்த அமைத்து, அவற்றைக் கேட்கச் செய்து செவி நுகர்ச்சியில் இறைவனுணர்வைப் புகுத்தினார்கள். மலர் மாலைகளை இறைவனுக்கு அணிந்து,

தூபம் காட்டி மூக்குக்கு இறையுணர்வோடு மணம் நுகரும் வாய்ப்பை அமைத்திருக்கிறார்கள். இறைவனது அபிடேகச் சந்தனம் பூசி, திருக்கோயில் நந்தவனக் காற்று அடிக்க, தீர்த்த நீராடி உடம்பில் இனிமை பரவப் பரிச நுகர்ச்சியிலே இறைவன் எண்ணத்தை ஏற்றினார்கள். இறைவனுக்கு நிவேதனமாக உணவு வகைகளைச் செய்து அவன் நினைவோடு அவற்றைப் பிரசாதமாக உண்ணச் செய்தார்கள். கொழுக்கட்டை என்றால் விநாயகரையும், பஞ்சாமிர்தம் தினை மா என்றால் முருகனையும், களி பிட்டு என்றால் சிவபெருமானையும், புளியோரை என்றால் திருமாலையும் நினைக்க வைத்து மனிதனை மிகுதியாகப் பற்றியிருக்கும் நாச்சுவையிலும் தெய்வ உணர்வை ஊட்டினார்கள்.

ஆகவே ஐம்பொறி நுகர்ச்சிகளை அடியோடு ஒழிக்க வேண்டுமென்று சங்கடப்படாமல், அவற்றை இறை யுணர்வுக்கு ஏற்ப மாற்றுவதனால் மனம் இறைவனிடம் ஈடுபடும் வாய்ப்பு உண்டாகும்.

"சிந்தனைநின் றனக்காக்கி நாயி னேன்றன்
கண்ணிணைநின் திருப்பாதப் போதுக் காக்கி
வந்தனையும் அம்மலர்க்கே ஆக்கி வாக்குன்
மணிவார்த்தைக் காக்கிஐம் புலன்கள் ஆர
வந்தனை ஆட் கொண்டுள்ளே புகுந்த விச்சை
மாலமுதப் பெருங்கடலே மலையே நின்னைத்
தந்தனை செந் தாமரைக்கா டனைய மேனித்
தனிச்சுடரே இரண்டுமிலித் தனிய னேற்கே"

என்ற அழகிய பாட்டில் மணிவாசகப் பெருமான் அந்த நெறியைக் கொண்டு ஆண்டவன் தம்மை ஆண்ட வகையைச் சொல்லுகிறார்.

நிலையாத பொருள்களிடையே வாழும் நாம், நிலையுள்ள பொருளின் நினைவை மறக்கும் வகையில் பொறிநுகர்ச்சியில் ஈடுபட்டால் துன்பமே மிகும்; அதற்கு மாறாக மெய்ப் பொருளின் நினைவை ஊட்டும் கருவிகளாகப்

பொறிகளையும் புலன்களையும் மாற்றிக் கொண்டால் அப்போது உடம்பே நல்வாழ்வுக்குக் கருவியாகிவிடும். அந்த நிலையில்தான்,

"மனித்தப் பிறவியும் வேண்டுவ தேஇந்த மாநிலத்தே"

என்று திருநாவுக்கரசர் பாடினார்.

நிலையாதவற்றோடு வாழும் வாழ்வில் பொய்ந் நெறி நீங்கி, மெய்ப்பொருளுணர்வுடன் வாழும் மெய்ந் நெறியில் செல்லும் முறை இது.

இனி, வெறும் தோற்றமாக உள்ளவற்றை நாடகம் பார்ப்பவனைப் போலச் சாட்சியாக நின்று பார்த்து வாழ்வது, இரண்டாவது வகைப் பொய்யினின்றும் நீங்கி ஒழுகும் ஒழுக்கமாகும். இல்லாத பொய்யினின்றும் நீங்குவது மிக எளிது. வெறும் கற்பனையான அவற்றை எண்ணாமல் இருப்பதே அவற்றினின்றும் நீங்கும் வழி.

இவ்வாறு பொய்ந்நெறி நீங்கிப் பொய்யொழிந்து வாழும் ஒழுக்கம் இறைவன் திருவருளால் உண்டாக வேண்டும். திருவாசகத்தில் மணிவாசகர் பல இடங் களில் பொய் தீர்ந்து மெய் தேர்ந்து வாழும் நெறியைச் சொல்கிறார்.

"பொய்யா யினவெல்லாம்
போயகல வந்தருளி
மெய்ஞ்ஞான மாகி
மிளிர்கின்ற மெய்ச்சுடரே"

"போற்றிப் புகழ்ந்திருந்து
பொய்கெட்டு மெய்யானார்"

"பொய்ம்மை தீர்ந்து மெய்ம்மையே
ஆண்டுகொண்டு"

என்பனவற்றைக் காண்க.

இறைவன் அருள்வழி நிற்பவர்கள் பொய் தீர்ந்த நெறியில் நிற்பார்கள். அவர்களுக்கு நிலையற்ற இந்த வாழ்க்கையின் இறுதியில் நிலையான வாழ்க்கை கிடைக்கும். இதைத் திருவள்ளுவர் ஒரு குறளில் சொல்லுகிறார்;

பொறிவாயில் ஐந்தவித்தான் பொய்தீர் ஒழுக்க
நெறிநின்றார் நீடுவாழ் வார்.

பொய்தீர் ஒழுக்க நெறி என்ற ஒன்றை அவர் சொல்கிறார். சமயங்களை மார்க்கம் என்று சொல்வது ஒரு மரபு. மார்க்கம் என்பதும் நெறி என்பதும் ஒரே பொருள் உடையன.

நாம் இப்போது செல்லும் நெறி மேலே சொன்ன மூன்று வகைப் பொய்யோடும் கலந்து வாழும் ஒழுக்க மாக இருக்கிறது. இது தீர்ந்து மெய்யொழுக்க நெறியில் நாம் வாழவேண்டும். பொய்ந்நெறி என்பது நிலையாதவற்றையும், தோற்றத்தையும், இல்லாதவற்றையும் அவாவி இறைவனை மறந்து வாழும் வகை. அதனால் மேலும் மேலும் பிறப்பே வருகிறது.

பொருளல்ல வற்றைப் பொருளென் றுணரும்
மருளான் ஆம் மாணாப் பிறப்பு *(351)*

என்பது குறள். பொய்யில் ஈடுபடுவதே மருள் அல்லது மயக்கம்; அதனையே மாயை என்றும் சொல்வார்கள்.

"மெய்ம்மை அன்பருன் மெய்ம்மை மேவினார்
பொய்யி லங்கெனைப் புகுத விட்டுநீ
போவ தோசொலாய் பொருத்த மாவதே"

என்று, இந்த அவல வாழ்வை நினைந்து இரங்கிக் கூறுகிறார் மணிவாசகர்.

பொறியின் வழியே சென்று அவாவைப் பெருக்கித் தடுமாறுகின்றவனுக்கு அவற்றின் தொடர்பே இல்லாதவனால் தான் உய்தி கிடைக்கும். பொய்ந்நெறி

வாழ்க்கை மாறும்படி அப்பெருமான் ஒருவன் தான் அருள் செய்ய முடியும். அதனால் பொய்தீர் ஒழுக்க நெறியை, பொறிவாயில் ஐந்து அவித்தானுடைய நெறி என்று சிறப்பித்தார். அவனுடைய தொடர்பின்றி அந்த ஒழுக்கம் வராது. 'பொறிவாயில் ஐந்தவித்தானால் சொல்லப்பட்ட நெறி என்று பரிமேலழகர் கூறுவர். அவனை லட்சியமாகக் கொண்ட நெறி என்று பொருள் கொள்வது சிறப்பாக இருக்கும். பொறியென்னும் வாயில் வழியே செல்லும் அவாவைப் பெருக்கிப் பிறவிக் கடலில் வீழ்வது பொய்ந் நெறி. அவ்வைந்தையும் மாற்றி மெய்ந்நெறியில் செல்ல, அவற்றோடு தொடர்பு இல்லாதவனுடைய அருள் வேண்டும்; இறைவன் அத்தகையவன் என்பதைக் காட்டவே, "பொறிவாயில் ஐந்தவித்தான்" என்று அவனைச் சொன்னார் வள்ளுவர்.

நெறி என்பது வழி. வழிக்குப் புறப்படும் இடம் ஒன்று, செல்லும் நெடிய இடப்பரப்பு ஒன்று, சென்று சேரும் இடம் ஒன்று ஆக மூன்று இருக்கவேண்டும். புறப்படும் இடம் தொடக்கம்; புகும் இடம் லட்சியம்; இடையிலுள்ளதே வழி அல்லது நெறி. இந்தக் குறளில் கூறப்படும் நெறியின் லட்சியம் பொறிவாயில் ஐந்து அவித்தான். அவனை லட்சியமாக உடைய நெறியை அவனது நெறி என்று சொன்னார்; திருச் சிக்குப் போகும் சாலையைத் திருச்சிச் சாலை என்று சொல்வது போன்றது இது. அந்த லட்சியத்தை அடைய நாம் ஒழுகும் வழியைப் பொய்தீர் ஒழுக்க நெறி என்றார். நாம் புறப்படும் இடம் பொய்யொழுக்கம். அந்தப் பொய்யை விட்டு மெய்யைச் சேரப் போகிறோம். பொய்தீர் ஒழுக்கம் என்று, புறப்படும் இடத்தை நினைந்து சொன்னார்; லட்சியத்தை எண்ணிச் சொன்னால், மெய் சேர் ஒழுக்கம் என்று சொல்லலாம். பொய்யை விட்டு மெல்ல மெல்ல அகன்று போகப் போக மெய்யை அணுகலாம்.

பொய்யைச் சார்ந்திருக்கிற வரைக்கும் நாம் எந்த நிலையிலும் நிலைத்து வாழ முடியாது; பிறந்தும் இறந்தும் மாறி மாறி ஊசலைப் போலத் திரிவதாகவே நம் வாழ்வு இருக்கும்.

பொய் தீரத் தீர அந்த நெறியின் பயன் நம்மை அணுகிவரும். பொய் தீர்ந்தால் அவாத் தீரும்; பிறப்புத் தீரும்; இறப்புத் தீரும்; மாற்றமின்றித் தோற்றமின்றி இன்மையின்றி என்றும் ஒரு படித்தாக நீடு வாழும் வாழ்வு கிடைக்கும். இதனை எண்ணியே, 'நீடு வாழ்வார்' என்றார்.

நாம் இப்போது வாழவில்லை. நிலையில்லாமல் ஓடிக்கொண்டே இருக்கிறோம். பொய்ந் நெறியில் ஓடும் இந்த ஓட்டத்தை மாற்றிப் பொய்தீர் ஒழுக்க நெறியில் செல்லவேண்டும்; அதற்குரிய லட்சியத்தை அறிந்து அதனை நோக்கிச் செல்ல வேண்டும்.

நெறியில் சென்றார் என்று சொல்லாமல் நின்றார் என்பது பொருந்துமா என்ற கேள்வி எழலாம். இங்கே நிற்றலாவது, ஒன்றையே தொடர்ந்து செய்வதைக் குறிப்பது. வெவ்வேறு நெறியில் அடிக்கடி நடையை மாற்றாமல், ஒரே நெறியில் இடையீடு இன்றிச் செல்வதையே நெறி நிற்றல் என்று குறித்தார்.

இடைவிடாது பொய்தீர் ஒழுக்க நெறியிலே ஐந்தவித்தானை லட்சியமாகக் கொண்டு உலகில் வாழ்பவர் என்றும் மாறாத நீண்ட வாழ்க்கையாகிய முத்தியை எய்துவர் என்பதே இக்குறளின் பொருள்.

உவமை இல்லான்

ஒரு பெரியவர் எல்லாப் பற்றுக்களையும் விட்டுக் காட்டுக்குப் போய்த் தனியாக வாழலாம் என்று எண்ணினார். ஊருக்கு நெடுந்தூரத்தில் இருந்த காட்டுக்குச் சென்று ஒரு குடிசை கட்டிக்கொண்டு, கிடைத்த பழம் கிழங்கு முதலியவற்றை உண்டு வாழலானார். அங்கே போன சில நாட்கள் அவர் அமைதியாக இருந்தார். பின்பு அவரைத் தேடிக்கொண்டு மக்கள் வரத் தலைப்பட்டார்கள். அவர்களுடன் இனிமை யாகப் பேசி வழியனுப்பினார் பெரியவர். தம்மிடம் இருந்த பழங்களைச் சிலருக்குக் கொடுத்தார். வருகிறவர்கள் எல்லோருக்கும் அப்படிக் கொடுக்க முடியுமா?

ஒரு நாள் அவர் யோசனையில் ஆழ்ந்தார். தம்மை நாடி வருகிறவர்களுக்கு ஏதாவது கொடுக்காமல் சும்மா இருப்பது அவருக்குச் சரியாகப் படவில்லை. எல்லோருக்கும் கொடுக்க வேண்டுமென்றால் அவரால் முடியாது. இந்தச் சிக்கலைத் தீர்க்க வழி யாதென்று ஆராய்ந்தார். இறுதியில் ஓர் எண்ணம் எழுந்தது. அந்த நாட்டை ஆண்டு வந்த அரசன் நல்லவன்; பெரியவர்களிடம் மதிப்புடையவன். அவனைக் கண்டு தம் நிலையைக் கூறி, வருவோர் போவோருக்கு ஏதேனும் அளித்து உபசரிப்பதற்கு வேண்டிய பொருளைத் தரவேண்டுமென்று கேட்டால், அவன் வழங்குவான் என்று எண்ணினார்.

அரசனை நாடிப் பெரியவர் சென்றார்; அவன் அரண்மனையுட் புகுந்தார். அரசன் எங்கே என்று கேட்டபோது பிரார்த்தனையில் ஈடுபட்டிருப்பதாகச் சொன்னார்கள். பெரியவர் அரசன் இருக்குமிடம் சென்று ஒரு மூலையில் நின்று கவனித்தார். அப்பொழுதுதான் அவன் இறைவனிடம் தன் வேண்டுகோளைச் சொல்லிக் கொண்டிருந்தான்; "எல்லாம் வல்ல பெருமானே, எளியேன் ஏழை; இந்நாட்டைக்

காக்கும் பொறுப்பை எனக்கு வழங்கியிருக்கிறாய். அதற்கு ஏற்ற செல்வத்தையும் ஆற்றலையும் எனக்கு அருள் வேண்டும்" என்று வேண்டிக் கொண்டான்.

இது பெரியவருடைய காதில் விழுந்தது. அவருக்குப் பெரு வியப்பு உண்டாயிற்று. 'அட! இது என்ன ஆச்சரியம்! நாம் ஏழை, இவனிடம் பொருள் வாங்கலாம் என்று வந்தால், இவனும் தன்னை ஏழை என்று சொல்லி வேறு ஒருவரிடம் இரக்கிறானே! அவரிடம் இவன் இரந்து நமக்குத் தருவதைப் பெறாமல், நாமே அந்தப் பரம்பொருளை நேரே அணுகி வேண்டியதைப் பெறலாமே என்ற எண்ணம் தோன்றவே, அவர் பேசாமல் காட்டை நோக்கி நடந்தார்.

இவ்வாறு ஒரு கதையை இராமகிருஷ்ண பரமஹம்ஸர் சொல்லியிருக்கிறார். நமக்குக் குறை இருக்கிறது என்று எண்ணி வேறு ஒருவரை நாடினால், அவரும் குறையுள்ளவராகவே இருக்கிறார். இதுதான் உலக இயல்பு. இந்த உண்மையையே அந்தக் கதை புலப் படுத்துகிறது.

நூறு ரூபாய் சம்பளம் உடையவனுக்குப் பத்து ரூபாய் பற்றாக்குறை உண்டானால் அவன் ஆயிர ரூபாய் சம்பளம் உடையவனை அணுகிக் கேட்கிறான். ஆயிர ரூபாய் சம்பளக்காரன் பத்து ரூபாய் தந்து விடுவான்; ஆனால் அவனோ தன்னைவிடப் பணக்காரனிடம் சென்று தன் பற்றாக்குறையாகிய நூறு ரூபாயைக் கடனாகக் கேட்கிறான். இப்படி ஒவ்வொருவருக்கும் வெவ்வேறு வகையில் வெவ்வேறு அளவில் குறை இருந்து வருகிறது. அந்தக் குறையை நீக்க வேண்டும் என்ற எண்ணமும் இருக்கிறது. கவலை கொண்டவர்களாகிறார்கள்.

பற்றாக்குறையினால் மட்டுமா கவலை உண்டாகிறது? எத்தனையோ விதங்களில் மனிதன் கவலைக்கு ஆளாகிறான். அந்தக் கவலை நீங்க வேண்டுமானால் அவனுடைய குறைகள் தீரவேண்டும். குறை உடையவன் ஒருவனால் பிறனுடைய குறையைத் தீர்க்க முடியாது. ஏதோ ஒரு சமயத்தில் ஓரளவில்

தீர்க்கலாம். மறுபடி குறை உண்டாகும். குறைவே இல்லாத ஒருவன் பிறனுடைய குறையை நீக்கப் புகுந்தால் முற்றும் நீங்கும். அத்தகையவன் இறைவன் ஒருவன்தான்.

"குறைவிலா நிறைவே கோதிலா அமுதே
ஈறிலாக் கொழுஞ்சுடர்க் குன்றே"

என்பது திருவாசகம்.

இறைவன் பரிபூரணன்; நிறைவுடையவன்; வேண்டி யவற்றைக் குறைவின்றித் தருபவன். அவனைப் போன்ற வள்ளல் உலகில் யாரும் இருக்க இயலாது. எவ்வளவு சிறந்த வள்ளலாக இருந்தாலும் எப்போதும் எல்லாருக்கும் எல்லாவற்றையும் கொடுப்பதென்பது இயலாது. பதிற்றுப் பத்து என்னும் சங்க நூலில் ஒரு சேர அரசனுடைய வண் மையைப்பற்றி ஒரு புலவர் சொல்கிறார். அவன், இதைக் கொடுத்துவிட்டோமே; ; சிறிது குறைவாகக் கொடுத்திருக்கலாமே" என்று, கொடுத்ததற்காக இரங்க மாட்டானாம். அதைவிடப் பெரிய இயல்பு ஒன்று அவனிடம் உண்டு. "இந்த இரவலனுக்கு நாம் கொடுத்தோம்; இது நல்ல காரியம்" என்று மகிழமாட்டானாம். அதையும்விடப் பின்னும் சிறந்த பண்பு அவனிடம் ஒன்று இருந்ததாம். ஒருவன் அவனிடம் வந்து இரந்து பொருள் பெறுகிறான். காலையில் பெற்றவன் மாலையில் திரும்பி வருகிறான். அப்போது வள்ளல், "காலையில் தானே வாங்கினாய்?" என்று சொல்வது இயல்பு. அப்படிச் சொன்னால், அவனளவில் அப்போது இல்லை என்று சொன்னதற்கு ஒப்பானதே அது. சேர மன்னன் அப்படிச் சொல்ல மாட்டானாம். எத்தனை முறை வந்தாலும் வண்மையுடையவனாக, முன் வாங்கியதை எண்ணி மறுக்காதவனாக இருப்பானாம். இந்த மூன்று பண்பையும் புலவர் சொல்லுகிறார்;

"ஈத்தது இரங்கான்; ஈத்தொறும் மகிழான்;
ஈத்தொறும் மாவள் ளியனே."

இங்கே, 'ஈத்தொறும் மாவள்ளியனே' என்ற அடி தான் மிகச் சிறந்த வள்ளன்மையைக் காட்டுகிறது. அந்த வண்மைக்குக்கூட எல்லை உண்டு.

கர்ணன் ஒரு நாளின் முற்பாதியில்தான் கொடை வழங்குவான் என்று சொல்வார்கள். எப்போதும் அளவின்றி வழங்கும் ஆற்றலை மக்களிடம் காணல் இயலாது; ஏனெனில் மக்கள் யாவரும் குறைந்த ஆற்றலுடையவர்களே.

இறைவனோ வரம்பில்லாத ஆற்றலுடையவன்.

எல்லாப் பொருளையும் உடையவன்; குறைவிலா நிறைவுடையவன். அவனே கொடையில் யாவரினும் சிறந்த வனாக இருக்க முடியும். இதை அருணகிரிநாதர் திருப்புகழில் சொல்கிறார்.

"வேண்டிய போதடியர் வேண்டிய போகமது
வேண்ட வெறாதுதவு பெருமாளே!"

அடியவர்கள் தமக்கு இன்னது வேண்டுமென்று வேண்டுகிறார்கள். அடுத்தடுத்து வேண்டுகிறார்கள். ஒவ்வொரு சமயத்தில் ஒவ்வொன்றை வேண்டுகிறார்கள். மடைப் பள்ளியிலே தண்ணீர்க்குழாய் இருந்தால், பாத்திரத்தில் பூரித்து வைக்கவேண்டிய அவசியமின்றி வேண்டிய போதெல்லாம் குழாயைத் திருகித் தண்ணீர் பெறலாம். அதுபோல அடியவர்கள் தங்களுக்கு இவை வேண்டுமென்று வரையறையாக முன்கூட்டியே தொகுத்துச் சொல்லாமல், அவ்வப்போது வேண்டியதைக் கேட்டாலும் வழங்குவான் இறைவன். நச்சு நச்சென்று கேட்டால் எவ்வளவு பணக்காரனாக இருந்தாலும் சலிப்புண்டாகும் தன்னுடைய புதல்வனேயானாலும், "முன்பே ஒருமிக்க வாங்கி வைத்துக்கொள்வது தானே?" என்று தான் சொல்லத் தோன்றும். இறைவனோ அப்படிச் சலித்துக்கொள்வ தில்லையாம். அடியார்கள் வேண்ட வேண்ட வெறுப்புறாமல் வேண்டியவற்றைத் தருவானாம். வேண்ட வெறாது உதவு பெருமாளே!' என்பதில் இவன் கேட்கிறானே என்ற

வெறுப்பைக் குறிக்கவில்லை. "ஒரேயடியாகக் கேட்டுத் தொலைக்காமல் நச்சுநச்சென்று கேட்டுப் பிராணனை வாங்குகிறானே!! என்ற சலிப்பைத் தான் குறிக்கிறார். அடியார் வேண்டிய போதெல்லாம் அவர்களுக்கு வேண்டிய போகங்களைக் கொடுப்பான்; வேண்ட வேண்ட அலுப்புச் சலிப்பின்றிக் கொடுப்பான். அப்படிக் கொடுக்க உலகில் வேறு யாராலும் இயலாது.

எனவே, தமக்குக் குறை இருப்பதை எண்ணிக் கவலை அடைபவர்கள், இறைவனை அணுகினால் அந்தக் கவலையை மாற்றிக் கொள்ளலாம். கவலை என்னும் புழு உள்ளத்தை அரித்துக்கொண்டே இருந்தால், ஒருவனுக்கு அமைதியே உண்டாகாது. அவனுடைய கல்வி, ஆற்றல் ஆகியனவெல்லாம் பயனின்றி ஒழியும். அவனிடம் இன்பம் இருக்க நியாயம் இல்லை. கவலை இல்லாதவர்களுக்குத்தான் இன்பம் உண்டாகும்.

"ஓயாதோ என்கவலை, உள்ளேஆ னந்தவெள்ளம்
பாயாதோ, வாய்திறந்து பகராய் பராபரமே"

என்று தாயுமானவர் பாடுகிறார். உள்ளே ஆனந்த வெள்ளம் பாய்ந்து நிரம்ப வேண்டுமானால் கவலை ஓயவேண்டும். குறையுடைய வரைக்கும் கவலை ஓயப் போவதில்லை. குறை தீர்ப்பாரைக் கண்டால் கவலை தீர வழி பிறக்கும்.

இறைவன் ஒருவனே கவலையைத் தீர்ப்பவன் என்ற உண்மையை அறிந்து அவனை நாடவேண்டும். மனத்திலே தோன்றிய கவலையை மாற்ற அந்த மனத்துக்கே மருந்து ஊட்ட வேண்டும்; இறைவனைத் தியானம் செய்ய வேண்டும்.

குறை தீர்க்க வேறு யாரேனும் உள்ளாரோ என்று ஆராய்ந்தால் யாரும் இல்லை என்ற முடிவுக்குத்தான் வர முடியும். இறைவனைப்போல வேறு யாரேனும் இருந்தால் அவரைச் சார்ந்து குறையைப் போக்கிக் கொள்ளலாம். அப்படி யாரும் இல்லை. இறைவன் ஒப்பாரும் மிக்காரும் இல்லாதவன். ஆதலின் அவனை யன்றி வேறு புகல் இல்லை. அவன்

தாளைத் தியானித்து மன அமைதி பெறவேண்டும். இவற்றை யெல்லாம் நினைக்கும்படி அமைந்திருக்கிறது பின்வரும் குறள்:

தனக்குவமை இல்லாதான் தாள்சேர்ந்தார்க் கல்லால்
மனக்கவலை மாற்றல் அரிது.

(தனக்கு ஒப்பாக வேறு யாரும் இல்லாத இறைவனுடைய திருவடியைத் தியானிப்பவர்களுக்கு அல்லாமல் மனக்கவலையை நீக்குதல் இயலாது.)

அரிது என்பது இயலாது என்ற பொருளில் வந்தது. ஈண்டு அருமை இன்மைமேல் நின்றது" என்பர் பரிமேலழகர்.

இறைவன் தனக்கு ஒப்பாரும் மிக்காரும் இல்லா தவன் என்பதைப் பெரியார்கள் பலரும் சொல்லிப் போந்தனர்.

"நின்னொடு, புரையுநர் இல்லாப் புலமையோய்"

என்பது திருமுருகாற்றுப்படை.

"ஒத்தார் மிக்காரை இலையாய் மாமாயா"

என்பது திருவாய்மொழி.

"தனை ஒப்பாரை இல்லாத் தனீயை"

"ஒப்புனக் கில்லா ஒருவனே"

என்பவை திருவாசகப் பகுதிகள்.

"தன்னேர் பிறர் இல்லானை"

என்று சம்பந்தரும்,

"மற்றாரும் தன்னொப்பார் இல்லா தானை"

"தன்னானைத் தன்னொப்பார் இல்லாதானை"

"ஓர் உவமனில்லி"

என்று அப்பரும் பாடுவர்.

உவமையற்றவனாக உள்ள ஆண்டவனை உள்ளத்தால் சிந்தித்துக் கவலையைப் போக்கிக் கொண்ட வர்கள், மேலே காட்டிய திருவாக்குகளைச் சொன்ன பெரியவர்கள்.

மனிதன் இன்ப வாழ்வில் வாழவேண்டுமானால் அவனுக்குப் பொன்னும் பொருளும் ஆற்றலும் கல்வியும் உறவினரும் நண்பர்களும் இருந்தால் மட்டும் போதுவதில்லை. அவன் உள்ளம் அமைதி பெற வேண்டும். பொருள் ஏதும் இன்றி மன அமைதியுடன் வாழ்பவர்கள் இன்ப வாழ்வுடையவர்களே. தனக்கு இது வேண்டும் என்ற நினைப்போ, அதுபற்றிய குறையோ இல்லாமல் வாழும் இளங்குழந்தையைப் பாருங்கள். அது எப்போதும் இன்பத்திலே துள்ளிக் கொண்டிருக்கிறது.

"செல்வம் என்பது சிந்தையின் நிறைவே
அல்கா நல்குரவு அவாஎனப் படுமே"

என்பர் குமரகுருபர முனிவர். சிந்தையின் நிறைவை உடையவனே உண்மையான செல்வன்.

அந்த நிறைவு, உள்ளத்திலே நிறைவில்லாத குறைந்த பொருளைப்பற்றிய சிந்தனையை உடையாருக்கு உண்டாகாது. குறைவிலா நிறைவான பரம்பொருளை உள்ளத்தில் வைத்தவருக்கு உண்டாகும்.

இறைவனுடைய அடியார்களின் இயல்பைச் சொல்ல வந்த சேக்கிழார் இந்த நிறைந்த வாழ்வைக் காட்டு கிறார்.

"கேடும் ஆக்கமும் கெட்ட திருவினார்
ஓடும் செம்பொனும் ஒக்கவே நோக்குவார்
கூடும் அன்பினில் கும்பிட லேயன்றி
வீடும் வேண்டா விரலின் விளங்கினார்."

அவர்களுடைய திருவுக்குக் கேடு இல்லை; ஆக்கம் இல்லை. போக்கில்லை; வரவில்லை. உலகத்தார் செல்வம் என்று போற்றும் பொன்னையும், பயனற்றதென்று கருதும் ஓட்டையும் ஒரு நிலையில் வைத்துப் பார்ப்பார்கள். பொன்னும் ஓடும். என்ற முறையில் சொன்னால் ஓட்டையும் மதிப்புடையதாகப் பாதுகாப்பார்களோ என்ற ஐயம் உண்டாகலாம். ஆதலின் ஓட்டை மதிக்காதது போலப் பொன்னையும் புறக்கணிப்பார் என்பதை உணர்த்த, "ஓடும் செம்பொனும்" என்று ஓட்டை முன்னே வைத்தார். இப்படி இருப்பதற்கு அவர்கள்பால் கூடிய அன்பே காரணம்.

இறைவன் திருவடித் தியானம் உடையவர்கள், "எல்லாம் உன் உடைமையே, எல்லாம் உன் அடிமையே, எல்லாம் உன்னுடைய செயலே" என்ற உணர்வுடன் இருப்பார்கள். அதனால் யாவுமே இறைவனுடைய கொடை என்ற எண்ணம் மிகும். அது காரணமாக,

"நன்றே செய்வாய் பிழைசெய்வாய்
நானோ இதற்கு நாயகனே"

என்ற நடுநிலையுணர்வு பிறக்கும். யாவும் இறைவன் அருளால் விளைவன என்ற எண்ணம் முறுக முறுக அவன் அருள்வது இன்பமே என்ற அநுபவமும் உண்டாகும். ஆகவே அவர்கள் குறைவிலா நிறை வாழ்வைப் பெறுவார்கள்.

"நாமார்க்கும் குடியல்லோம்; நமனை அஞ்சோம்;
நரகத்தில் இடர்ப்படோம்; நடலை இல்லோம்;
ஏமாப்போம்; பிணி அறியோம்; பணிவோ மல்லோம்;
இன்பமே எந்நாளும் துன்பம் இல்லை.
தாமார்க்கும் குடியல்லாத் தன்மை யான
சங்கரனற் சங்கவெண் குழைஓர் காதிற்
கோமாற்கே யாமென்றும் மீளா ஆளாக்
கொய்மலர்ச்சே வடியிணையே குறுகி னோமே!"

என்பது அப்பரின் அநுபவ வாக்கு. இறைவனுடைய கொய்மலர்ச் சேவடியிணையைக் குறுகியதனால் அவருக்கு

இன்பமே எந்நாளும் உண்டாயிற்று; துன்பமே இல்லாத நிறை வாழ்வு அமைந்தது. இறைவனோ யாருக்கும் குடியல்லாத தனிநாயகன்; தனக்கு உவமை யில்லாதவன்; அவனுக்கு மிக்க தலைவனும் இல்லை; அவனே தனித் தலைவன்.

மனிதன் குறையுடையவன். அந்தக் குறையை உலகியற் பொருளைத் தேடியும், அவற்றைத் தருவாரை நாடியும் நிரப்பிக் கொள்ள முடியாது. காலதேச எல்லைக்குள் அடங்கிய ஆற்றல், செல்வம், அறிவு முதலிய வற்றை உடைய மனிதன் தன்னைப்போலவே எல்லைக்குள் அகப்பட்டவனால் நிறைவு பெற முடியாது. ஆதலின் எல்லையிறந்த ஒருவனை அடைந்தால் நிறைவு உண்டாகும். அப்படி இருப்பவன் ஒருவன்தான், அவனே இறைவன்.

மனக்கவலை தீர்ந்து நிறைவு பெற வேண்டுமானால் அந்த மனத்திலே இறைவன் திருவடியை நினைக்க வேண்டும். இல்லையானால் வேறு எந்த வகையினாலும் மனக்கவலை தீராது.- இந்தக் கருத்துக்களையே,

தனக்குவமை இல்லாதான்
தாள்சேர்ந்தார்க் கல்லால்
மனக்கவலை மாற்றல் அரிது

என்ற குறள் உள்ளடக்கிக்கொண்டு விளங்குகிறது.

அறவாழி அந்தணன்

அறம், பொருள், இன்பம், வீடு என்ற நான்கையும் உறுதிப் பொருளென்று சொல்வது மரபு ; வட மொழியில் புருஷார்த்தம் என்று கூறுவர். மனிதனுடைய வாழ்வில் நிகழும் செயல்கள் யாவும் இந்த நான்கையும் சார்ந்தே இருக்க வேண்டுமென்பது இந்நாட்டவர் கருத்து.

இந்த நான்கிலும் வீடு என்பது இன்ப துன்பங்களுக்கு அப்பாற்பட்டுப் பிறப்பு இறப்பு என்னும் துன்பங்கள் இல்லாததாய் நிலவுவது. அதுவே முடிந்த முடிவான லட்சியம். இவ்வுலகில் அறம், பொருள், இன்பம் என்னும் மூன்றையும் நிரப்பி, இப்பிறவியின் இறுதியில் வீடு பெறவேண்டும். இவ்வுலகில் இருக்கும் போது துறவு பூண்டு விரதம் காப்பதும், இறைவன்பால் அன்புகொண்டு வழிபட்டு வாழ்வதும் வீடு பெறுவதற்குரிய வழிகள், அறம், பொருள்,இன்பம் என்ற மூன்றுமே வீட்டு நெறிக்கு உதவியாக இருக்க வேண்டியவை.

வாழ்க்கையின் லட்சியம் நான்காவது உறுதிப் பொருளாகிய வீடானால், வாழ்க்கையில் எப்போதும் பிரிவின்றி நிற்பது அறம். எச்செயலைச் செய்தாலும் அது அறத்தோடு சார்ந்ததாய் வீட்டு நெறியில் விடுவதாக அமைய வேண்டும்.

முடிவு *(End)* என்றும் நெறி *(Means)* என்றும் சொல்லும் இரண்டினுள் முடிவு வீடு; நெறி அறம்.

நம் வாழ்வில் உயிர்நாடியாக இருப்பது அறம். அறத்துக்குப் புறம்பான முயற்சியில் பொருளை ஈட்டினால் அது உறுதிப் பொருளாகாது.அப்படியே அறநெறியினின்றும் வழுவி இன்பம் துய்த்தால் அது நல்ல இன்பம் அன்று. ஆகவே அறம் பொருள் ன்பம் என்னும் மூன்றையும் அறம் என்றே சொல்லி விடலாம். பொருளீட்டுவதற்கும் இன்பம் துய்ப்பதற்கும்

உரிய செயல்களல்லாதவை அறம் என்று தனியே பெயர் பெறும்.

அறமல்லாத வழியிலும் பொருளீட்ட வழி உண்டு; திருடிப் பொருள் பெறுதலும், வலிய ஒறுத்துப் பொருள் பெறுதலும், வஞ்சித்துப் பெறுதலும் அறமல்லாத செய்கைகளாம். அப்படியே பிறன் மனைவி,கன்னி,பொது மகளிர் ஆகியோரிடத்தில் இன்பம் பெறுதலும், தன் மனைவிபால் முறையற்ற வழியில் இன்பம் பெறுதலும் அறம் அல்லாத செய்கைகளே.

அறம், பொருள்,இன்பம் என்ற மூன்றும் பலபல பிரிவுகளாக விரிந்தவை. பொருள் இன்பங்களுக்கு ஆதாரமாக உள்ள அறம் தூயது. இறைவனே அறவடிவினனாக இருக்கிறான் என்று பெரியோர் கூறுவர்.

அறு என்பதன் அடியாகப் பிறந்தது அறம் என்ற சொல். இன்னது செய்யவேண்டும் என்று வரையறுக்கப்பட்ட நெறியே அறம். இந்த வரையறை யாரால் ஏற்பட்டது? இறைவனாலும், அவனருள் பெற்ற பெரியோர்களாலும் அமைந்தது.

காலத்துக்குக் காலம் வேறுபடும் அறங்களும் இடத்துக்கு இடம் வேறுபடும் அறங்களும் மக்களின் நிலைக்கு ஏற்ப வெவ்வேறாக அமையும் அறங்களும் உண்டு. இவற்றை அவ்வப்போது பெரியவர்கள் வரையறுப்பார்கள். எல்லாக் காலத்துக்கும் எல்லா இடத்துக்கும் எல்லா மக்களுக்கும் அமையும் அறங்கள் உண்டு. அநாதியாக வரும் சில அறங்களும் உண்டு. இறைவன் தன் அருளாணையால் அந்தத் தொல்லறங்களை அமைத்தருளினான். அவன் காட்டிய வழியே நின்று உலகத்திற்கு நலம் செய்ய வந்த பெரியோர்கள் வகுத்த நெறிகளும் அறத்தின்பாற் படும். ஆகவே, அறத்தின் மூலமாக நிற்பவன் இறைவன் என்பதை உணரலாம்.

அறம் கடல் போன்றது; எல்லை இல்லாதது அதன் வடிவாக இருக்கும் இறைவனை அறக் கடல் என்று சொல்வது

பொருத்தமானது. வள்ளுவர் இறை வனை அறவாழி அந்தணன் என்கிறார். அந்தணன் என்பது அழகிய தட்பத்தை உடையான் என்று பொருள்படுவது. தட்பம் - குளிர்ச்சி; இங்கே இறைவனிடம் உள்ள கருணையையே தட்பமென்று கொள்ள வேண்டும்.

அந்தணர் என்போர் அறவோர்மற் றெவ்வுயிர்க்கும்
செந்தண்மை பூண்டொழுக லான்

என்ற குறளில் எல்லா உயிர்களுக்கும் அருள் பூண்டு ஒழுகுவதைச் செந்தண்மையாகக் குறித்தார். இறைவன் அருட்கடலாகவும் இருக்கிறவன். உலகினருக்குரிய அறநெறிகளை வகுத்தற்கு அவ்வருளே காரணம். அவனுடைய தயையே இந்த அறத்துக்கு மூலமானது; தயாமூல தன்மம் என்று சொல்வார்கள். அந்தணனாக, அழகிய அருளே வடிவினனாக இருப்பதனால் அவன் அறப் பெருங்கடலாகவும் விளங்குகிறான்.

அருளே அறத்துக்கு மூலமாவது என்பதைச் சைவ நூல்களில் காணும் ஒரு கருத்தினாலும் தெளிவு பெறலாம். இறைவனுடைய பேரருளே சக்தி என்பது சைவநூல் துணிபு. அந்தச் சக்தியே அறப்பெருஞ் செல்வியாக நிலவுகிறாள்.

இறைவன் அந்தணனாக நின்று அறம் வகுத்தான்; அறமே வடிவாக, அறக்கூறுபாடுகள் யாவும் தானாக, அறக்கடலாக விளங்குகிறான். அருளும் அறமும் இணைந்த இந்த நிலையைத் திருநூற்றந்தாதி ஆசிரியர், "அருளோ டெழும் அறவாழி அப்பா" என்று கூறுவர். "அறவனை ஆழிப்படை அந்தணனை" என்பது திருவாய்மொழி.

அறக்கடலாகிய இறைவன் திருவடியைச் சார்ந்த வர்கள் இவ்வுலகில் அறநெறியில் நின்று பொருளும் இன்பமும் துய்த்துப் பின்பு வீட்டை அடைவர். அறம் பொருள் இன்பம் என்னும் இம்மூன்றும் இந்த உலக வாழ்விலே பெறுவதற்குரியவை. இம்மூன்றும் விட்டுப் பெறுவது வீடு.

"இம்மூன்றும் விட்டதே பேரின்ப வீடு"

என்பது ஔவையார் வாக்கு.

அறக் கடலாக உள்ள இறைவன் திருவருளால் பொருள், இன்பம் என்னும் இரண்டையும் பெற்று அவற்றைக் கடந்து அப்பால் வீடு பெறவேண்டும். பொருளும், இன்பமும் ஒருவனுக்கு நிறைவைத் தருவது இல்லை. பொருளீட்டினாருக்கு மேலும் மேலும் பொருளை ஈட்ட வேண்டு மென்னும் நினைவு எழுந்து கொண்டே இருக்கும். பொருளைக் குவிக்க வேண்டுமென்னும் எண்ணமுள்ளவர்களிடம் இந்த நினைவு இருப்பது வியப்பன்று. ஆனால் பொருளை ஈட்டி அறச் செயலும் இன்பச் செயலும் புரிபவர்களும் மேலும் மேலும் அவற்றை விரிவாகச் செய்யவேண்டும் என்று அவாவி, அதற்குக் கருவியாக உள்ள பொருளைப் பின்னும் ஈட்டும் முயற்சியில் தலைப்படுவார்கள். நூறு ஏழைகளுக்கு உணவளித்து இன்புற்றவர்கள் ஆயிரம் பேருக்கு உணவளிக்க வேண்டும் என்று விரும்புவது இயல்பே. ஆதலின் பொருளை நற்செயலின் பொருட்டு ஈட்டுபவர்கள் அவ்வாறு இல்லாமல் முயற்சி ஈட்டுவதற்கு ஓர் எல்லையே செய்து கொண்டிருப்பார்கள். ஆதலின் பொருளும் எல்லை காண இயலாத கடலைப் போன்றது.

இன்பமும் அத்தகையதுதான். கற்புடை மனைவியோடு முறை பிறழாது இன்பம் நுகர்பவர்களும் அவ்வின்பத்தை நெடுங்காலம் நுகர விரும்புகிறார்கள். வீட்டின்கண் வேட்கை உண்டானாலன்றிப் பொருளிலும் இன்பத்திலும் போதும் என்ற நினைவு உண்டாவதில்லை. ஆதலின் அவ்விரண்டையும் கடலென்று சொல்வது பொருந்தும். வள்ளுவர் அவ்விரண்டையும் ஆழி என்றே சொல்கிறார்.

பொருட்கடலையும் இன்பக்கடலையும் கடந்து செல்ல இறைவன் திருவருள் வேண்டும். அறக்கடலாகிய அவனுடைய திருவடியைச் சேர்ந்தவர்கள் - தொழுது

வழுத்தித் தியானித்தவர்கள் - அவ்விரண்டையும் கடப்பார்கள். இதையே திருவள்ளுவர் கடவுள் வாழ்த்தில் எட்டா வது திருக்குறளில் சொல்கிறார்.

அறவாழி அந்தணன் தாள்சேர்ந்தார்க் கல்லால்
பிறவாழி நீந்தல் அரிது.

எதிர்மறை முகத்தால், 'சேர்ந்தவர்க் கல்லால் பிற கடல்களைக் கடத்தல் அரிது' என்று சொல்வதனால், 'சேர்ந்தவர்கள் பிற கடல்களைக் கடத்தல் எளிது' என்ற கருத்து அதன் கண்ணே பொதிந்திருப்பதை உணரலாம். தாள் சேராதார் மிகுதியாக உள்ள உலகத்துக்குரிய அறிவுரையைப் புகல வந்தவராதலின், அவர்களுக்கு அச்சம் தோன்ற, "இவ்வாறு செய்யாவிட்டால் இன்ன துன்பம் நீங்காது" என்று கூறினார்.

இதற்குப் பரிமேலழகர், 'அறக்கடலாகிய அந்தணனது தாளாகிய புணையைச் சேர்ந்தார்க்கு அல்லது, அதனிற் பிறவாகிய கடல்களை நீந்தல் அரிது' என்று உரை கூறி, அறம், பொருள், இன்பம் என உடன் எண்ணப்பட்ட மூன்றனுள் அறத்தை முன்னர்ப் பிரித்தமையான், ஏனைப் பொருளும் இன்பமும் பிற எனப்பட்டன என்று விளக்கினார்.

இந்தக் குறளுக்கு வேறு வேறு வகையில் பொருள் கூறுபவர்கள் உண்டு. அறவாழி என்பதற்குத் தர்ம சக்கரம் என்று உரை கூறுவார் சிலர். இதைப் பரிமேலழகரே குறிக்கின்றார்; 'அறவாழி' என்பதனைத் தரும சக்கரமாக்கி, அதனையுடைய அந்தணன் என்று உரைப்பாரும் உளர் என்று எழுதியுள்ளார்.

பிற ஆழி என்பதற்குப் பிற கடல்கள் என்றே பொருள் கொள்ள வேண்டியிருத்தலின், முன்னுள்ள ஆழி என்பதற்கு அவற்றிற்கு இனமாகிய மற்றொரு கடலைக் கொள்வதே பொருத்தம். பிற ஆழி என்பதிலுள்ள ஆழி என்பதற்கும் சக்கரங்கள் என்று பொருள் கொள்ள வாய்ப்பு இருந்தால் அற ஆழி என்பதற்குத் தர்ம சக்கரம் என்று பொருள் கொள்ளலாம். 'பிற சக்கரங்களைக் கடத்தல்' என்று உரை கூறுவதற்கு அங்கே

இடமில்லை; ஆதலின் பிற கடல்கள் என்றே பொருள் கொள்ள வேண்டும்; நீந்தல் என்பது கடல் என்ற பொருளோடு இயைவதைக் காண்க. பிற என்று இனத்தைச் சுட்டும் சொல் இருத்தலின் முன்புள்ள ஆழியும் கடல் என்றே கொள்ளவேண்டும்.

அறவாழி என்பதற்குத் தருமக்கடல் என்று பொருள் கொண்டு பிறவாழி என்பதற்கு அதருமமாகிய பாவக் கடல் என்று பொருள் கொண்டார் பரிதியார் என்னும் உரையாசிரியர். அறம், மறம் என்பன ஒருங்கு வைத்து எண்ணப்படுவதனால் அறக்கடலைச் சொன்ன வர் பிற ஆழி என்பதனால் மறக்கடலாகிய பாவக் கடலைக் குறித்தார் என்று சொல்வது பொருத்தமாகத் தோற்றலாம். ஆனால் பிற என்பது பன்மை. பிறிதாழி நீந்தலரிது என்று இருந்தால் பாவக்கடல் என்று ஒருமை யாகப் பொருள் கொள்ளலாம். பிற என்று இருத்தலின் அறத்தோடு ஒருங்கு வைத்து எண்ணப்படும் ஒன்றுக்கு மேற்பட்டவற்றையே அது குறிக்கும். ஆதலின் பாவக்கடல் என்ற ஒருமையைக் கொள்வது பொருந்தாது.

காளிங்கர் என்னும் உரைகாரர் பிறவாழி என்ப தற்குப் பிறவிப்பெளவம் என்று உரை கூறினார். பிறவு ஆழி என்று பிரித்துப் பொருள் கொண்டார் அவர். பிறவு - பிறவி; "பிறவாழிக் கரை கண்டாரே" (வில்லி பாரதம், கண்ணன் தூது, 1) என்பதில் பிறவு என்பது பிறவியென்னும் பொருளில் வந்திருப்பதைக் காண்க.

இறைவன் திருவடியைச் சேர்ந்தவர்கள் பிறவிக் கடலை நீந்துவர்' என்ற கருத்தைப் பின்னே திருவள்ளுவர் சொல்கிறார்; 'சேராதவர்கள் நீந்தார்' என்பதையும் சேர்த்தே சொல்கிறார்;

பிறவிப் பெருங்கடல் நீந்துவர் நீந்தார்
இறைவன் அடிசேரா தார்.

இங்கே ஒரு முறை சொன்ன கருத்தை மீட்டும் ஒரு குறள் விட்டு அடுத்த குறளில் சொன்னார் என்பது பொருத்தம்

அன்று; அது காரணமின்றிக் கூறியதையே கூறும் குற்றத்தின் பாற் படும்.

ஆதலின் பரிமேலழகர் கொண்ட பொருளே பொருத்தமாகத் தோன்றுகிறது.

பிறவிப் பெருங்கடல்

பிறவி ஒன்றன்பின் ஒன்றாகத் தொடர்ந்து வருவது என்பது, இந்த நாட்டிலுள்ள எல்லாச் சமயத்தினரும் உடம் பட்ட கொள்கை. ஒரே பிறவிதான் உயிருக்கு உண்டு; அப்பால் சொர்க்கமோ நரகமோ கிடைக்கும் என்ற கொள்கை இந்த நாட்டுச் சமயத்தினரிடம் இல்லை. பிறவி தொடர்ந்து வருவதாயினும் அதற்குத் தொடக்கம் எங்கே, முடிவு எங்கே என்று சொல்ல முடிவதில்லை. ஒரு பிறவியில் செய்த செயல்களின் பயனாக மறுபிறவி கிடைக்கிறது; அந்தப் பிறவியிலும் நல்வினை தீவினைகளைப் புரிவதனால் மீட்டும் பிறவி வருகிறது.

ஓரறிவுயிராகிய மரம் செடி கொடி முதல் ஆறறிவுயி ராகிய மனிதன் வரையில் உள்ள வகைகளை எண்ணிக் கணக்கிட முடியாது. புழுக்களைப் பார்த்தாலே எத்தனையோ வகைகள் இருக்கின்றன. இப்போது நுண்ணாடியினாலே பல புதிய புதிய நுண்புழுக்களை விஞ்ஞானிகள் கண்டு பிடித்திருக்கிறார்கள். இன்னும் காணாதவை எத்தனையோ இருக்கக்கூடும். படைப்பில் உயிரினங்களின் வகைகள் எல்லையில்லாமல் பரந்துள்ளன என்பதை முன்பு இருந்த மெய்ஞ்ஞானிகளும் சொன்னார்கள்; இன்றுள்ள விஞ்ஞானி களும் சொல்கிறார்கள்.

கணக்குக்கு அடங்காவிட்டாலும் உடம்போடுள்ள உயிர்க்கூட்டங்களுக்கு ஏதோ ஒரு வகையில் கணக்கு அமைத்துக்கொண்டு, அதைச் சொல்வதை மரபாக வைத்துக்கொண் டிருக்கின்றனர். உயிரினங்கள் ஏழு வகைப்படுமென்றும், எண்பத்து நான்கு லட்சம் வேறு பாட்டை உடையன என்றும் சொல்வர். "உரை சேரும்

எண்பத்து நான்கு நூறாயிரமாம் யோனிபேதம்" என்பது தேவாரம்.

ஏழு வகையான உயிரினங்கள் ஊர்வன, மானிடம், நீர்வாழ்வன, பறவை, நாற்காலன, தேவர், தாவரம் என்பவை. பிறப்பு ஏழு வகை என்பதைப் பல இடங்களில் திருவள்ளுவர் குறித்திருக்கிறார்.

எழுபிறப்பும் தீயவை தீண்டா பழிபிறங்காப்
பண்புடை மக்கட் பெறின். (62)

எழுமை எழுபிறப்பும் உள்ளுவர், தங்கண் விழுமம்
துடைத்தவர் நட்பு. (107)

அவர் எழுபிறப்பு என்று குறிக்கும் இடங்களில் ஏழு வகையான பிறப்பு என்றே பொருள் கொள்ளுவர் பரி மேலழகர். எழுமை என்றும் பல இடங்களில் வள்ளுவர். சொல்கிறார். அதற்குத் தொடர்ந்து வரும் ஏழு பிறப்புக்கள் என்று பொருள் கூறுவார் உரையாசிரியர். எழுமை என்ப தும் எழுபிறப்பு என்பதும் ஒன்றே என்று கொள்வதற்கு இல்லை. இரண்டும் வெவ்வேறு பொருளை உடையன என்பதை, "எழுமை எழுபிறப்பும் உள்ளுவர்" என்ற தொடர் காட்டும்.

எழுமை என்பது ஏழன் தன்மை என்ற பொருளை உடையது என்று கொள்வர் சிலர். மை என்பது தனியே பிறப்பைக் குறிக்காவிட்டாலும் அடையோடு சேர்ந்து பிறப்பைக் குறிக்க வரும். இம்மை, அம்மை, மறுமை, ஒருமை என்பவற்றில் மை என்பது பிறவியைக் குறித்து நிற்றல் காண்க. ஆதலின் எழுமை என்பதும் அச்சொற்களைப் போலவே ஏழு பிறப்புக்கள் என்ற பொருளை உடையதாயிற்று. பலவற்றைக் குறிக்கும்போது ஏழு என்று சொல்வது ஒரு வழக்கு. ஆகவே திருக்குறளில் எழுமை என்று ஏழு பிறப்பைக் குறித்தாலும் தொடர்ந்து வரும் பல பிறப்பையே அது குறிக்கிறது என்று கொள்ள வேண்டும்.

ஒருமையுள் ஆமைபோல் ஐந்தடக்கல் ஆற்றின்
எழுமையும் ஏமாப் புடைத்து *(126)*

ஒருமைக்கண் தான்கற்ற கல்வி ஒருவற்கு
எழுமையும் ஏமாப் புடைத்து *(398)*

புகழ்ந்தவை போற்றிச் செயல்வேண்டும் செய்யா
திகழ்ந்தார்க் கெழுமையும் இல் *(538)*

ஒருமைச் செயலாற்றும் பேதை எழுமையும்
தான்புக் கழுந்தும் அளறு *(836)*

என்று வரும் குறள்களில் ஒரு பிறப்பில் செய்த செயலின் விளைவு தொடர்ந்து ஏழு பிறப்புக்களில் வந்து கூடும் என்ற பொதுவான கருத்து இருக்கிறது. பிறவிகளும் அவற்றிற் செய்த வினைப் பயன்களும் தொடர்ந்து வரும் என்னும் கருத்தை அடிப்படையாகக் கொண்டவை இந்தக் குறள்கள்.

இவ்வாறு வரும் பிறவியில் இன்பமும் துன்பமும் கலந்தே வருகின்றன. புண்ணியத்தின் பயனாகிய இன்பத்தையே அநுபவிக்கும் பிறவி தேவர்களின் பிறவி என்றும், பாவத்தின் பயனாகிய துன்பத்தையே நுகரும் பிறவி விலங்குப் பிறப்பு என்றும், புண்ணிய பாவங்களாகிய கலப்பு வினைகளின் பயனாகிய இன்ப துன்பக் கலப்பை நுகர்வது மனிதப் பிறவி என்றும் கூறுவர். நமக்கு மனிதப் பிறவியைப் பற்றி நன்றாகத் தெரியும். தொடர்ந்து துன்பத்தையே அடைவோரும், தொடர்ச்சியாக இன்பத்தையே அடைவோரும் யாரும் இல்லை. அந்த இரண்டும் கலந்தே வாழ்க்கையில் வருகின்றன.

இத்தகைய பிறவி வேண்டுமா, வேண்டாமா? நாம் வேண்டுவதனால் வருவது அன்று பிறப்பு என்று சொல்லலாம். ஆயினும் பிறப்புக்கு மூலமாகிய வினைகள் ஒழிந்தால் பிறப்பும் அறும் என்ற நியதி ஒன்று இருக்கிறது.

பற்றற்ற கண்ணே பிறப்பறுக்கும் *(349)*

என்பது வள்ளுவர் வாக்கு. ஆகவே பிறப்பு வராமல் இருக்கும் வழி உண்டு என்பது தெளிவாகிறது. பிறப்புப் பல பெற்று உலகில் வந்து வாழ்வது உயிருக்கு நன்றா, அல்லது பிறப்பின்றி வாழ்தல் நன்றா? இக் கேள்விக்கு ஒரு விடைதான் உண்டு. அந்த விடையில் இந்த நாட்டுச் சமயங்களுக்குள் வேறுபாடு இல்லை. பிறப்பினின்றும் விடுபடும்போது தான் உயிர் உண்மையான இன்பத்தை அடைகிறது. அந்த இன்பமே வீடு. அந்த இன்பம் எத்தகையது, அதில் உயிரின் நிலை என்ன, உயிருக்கும் இறைவனுக்கும் எத்தகைய தொடர்பு அப்போது இருக்கும் என்பவற்றில் அவ்வச் சமயத்துக்கு ஏற்ற வகையில் வெவ்வேறு கருத்துக்கள் நிலவுகின்றன. ஆயினும் பிறப்பை அறுக்க வேண்டும். என்பது யாவருக்கும் உடம்பாடு; அது சமயம் பலவற்றிற்கும் பொதுவான கொள்கை.

இந்தக் கொள்கையைப் பொது நூல் செய்த வள்ளுவர் பல்வேறு வகையில் சொல்லியிருக்கிறார்.

வேண்டுங்கால் வேண்டும் பிறவாமை; மற்றது
வேண்டாமை வேண்ட வரும் *(362)*

என்பதில் இதைச் சொல்கிறார். 'பிறப்புத் துன்பமாதல் அறிந்தவன் ஒன்றை வேண்டின் பிறவாமை வேண்டும்; அப் பிறவாமைதான் ஒரு பொருளையும் அவாவாமையை வேண்ட அவனுக்குத் தானே உண்டாம்' என்று இதற்குப் பரிமேலழகர் உரை எழுதுகிறார். பிறவாமையே நமக்கு லட்சியம்; அதை அடைய அவர் அறுத்தலே வழி.

ஓர்த்துள்ளம் உள்ள துணரின் ஒருதலையாப்
பேர்த்துள்ள வேண்டா பிறப்பு *(357)*

என்னும் குறளும், மெய்ப்பொருளை ஒருமைப்பாட்டுடன் தியானம் செய்தால் மீட்டும் பிறப்பு வரும் என்ற நினைவே வேண்டாம் என்ற கருத்தைச் சொல்கிறது.

மறுபடியும் வந்து பிறவாத நெறியை, "மற்றீண்டு வாரா நெறி" என்று கூறுவர் திருவள்ளுவர். இங்கு வந்து பிறவாமையாகிய லட்சியத்தைப் பெற்ற வழியை, தக்கவாறு கல்வி கற்று மெய்ப்பொருளைக் கண்டவர்கள் மேற்கொள்வாராம்.

கற்றீண்டு மெய்ப்பொருள் கண்டார் தலைப்படுவர்
மற்றீண்டு வாரா நெறி. *(366)*

அறத்தின் பெருமையைக் கூற வந்தவர் அது வீடுபேற்றையும் தரும் என்கிறார். வீடு என்று சொல்லாமல் வாழ்நாள் வழியை அடைத்தல் என்று கூறுகிறார். அதனை அடைக்கும் கல்லாக அறம் பயன் படும்.

வீழ்நாள் படாஅமை நன்றாற்றின் அஃதொருவன்
வாழ்நாள் வழி அடைக்கும் கல். *(38)*

மற்றும் தொடர்ப்பா டெவன்கொல் பிறப்பறுக்க
லுற்றர்க் குடம்பும் மிகை *(345)*

என்னும் இடத்திலும் பிறப்பறுத்தலைப் பற்றிய செய்தி வருகிறது.

இத்தனை குறளாலும் பிறப்பை அறுப்பதே உயிரின் முடிந்த முடிபாகிய லட்சியம் என்ற கருத்தை உணரலாம். அதனை அறுக்க அவாவையும் பற்றையும் சார்பையும் ஒழிக்கவேண்டும். 'பற்று அற்ற கண்ணே பிறப்பறுக்கும்" என்ற குறளில் அது தெளிவாக இருக்கிறது. "அற்றது பற்றெனில் உற்றது வீடு" என்று நம்மாழ்வாரும் இதையே சொல்கிறார்.

பிறவாமை வேண்டுமானால் பற்று அறவேண்டும் என்பதை உணர்ந்தோம். அந்தப் பற்றை அறுப்பது எப்படி? அதற்கும் வழி சொல்கிறார் திருவள்ளுவர்.

சேற்றிலே அழுந்தினவன் ஒருவன் தன் முயற்சியினாலே சேற்றினின்றும் மீள முடியாது. ஒரு கால் புதைய, அதனை

மேலே எடுக்க மற்றொரு காலை அழுத்தினால் இரண்டு காலும் புதையுமே அன்றி மேலெழ இயலாது. கையை ஊன்றிக் காலை எடுக்கலாம் எனிலோ கையும் புதையுமேயன்றி வேறு இல்லை. அருகில் சேற்றில் புதைந்து நிற்பவனைப் பற்றிக் கொண்டு கரையேறலாம் என்பதும் நடக்கிற காரியம் அன்று. ஒருவரை ஒருவர் பற்றிக் கொண்டு பின்னும் ஆழவேண்டியதுதான். கரையில் இருக்கிறவன் ஒருவனுடைய பிடிப்பைக் கொண்டு சேற்றில் ஆழாமல் தப்பலாம். இதுதான் தக்க வழி.

பற்று என்னும் சேற்றில் ஆழ்ந்த ஒருவன் அதனி னின்றும் விடுபட வேண்டுமாயின் பற்றே இல்லாத ஒருவனைப் பற்றிக்கொள்ள வேண்டும். கரையில் இருப்பவனைப் பற்றிக் கொள்ளும் அளவுக்கு நமக்குக் கை நீள வேண்டும்; அல்லது நம்மைப் பற்றிக்கொள்ளும் வகையில் கரையில் இருப்பவனுக்கு நெடுங்கையாக இருக்க வேண்டும். கரையில் நின்று தன் நெடுங்கையை நீட்டுபவன் தான் இறைவன். அவனைப் பற்றிக்கொண்டால் நாம் பற்றி னின்றும் விடுபடலாம். இதை ஒரு குறளில் திருவள்ளுவர் சொல்கிறார்.

பற்றுக பற்றற்றான் பற்றினை; அப்பற்றைப்
பற்றுக பற்று விடற்கு. ***(350)***

'பற்றெல்லாம் ஒழிந்த பிறகே இறைவன் திருவடி சேரவேண்டும் என்கிறார்களே! பற்று உள்ளபொழுதே அவனைப் பற்றுவது எப்படி?' என்று எழும் ஐயத்துக்கு விடையாக, நீ பற்றினின்றும் விடுபடுவதற்காகவே அவன் பற்றைப் பற்றவேண்டும்' என்று சொல்கிறார். சேற்றில் இருந்தபடியே கரையில் இருப்பவன் கையைப் பற்றினால் தான் கரைசேர முடியும். பற்றில் அழுந்திய நாம் இறைவனுடைய தியானத்தைப் பற்றினால் முதலில் மேலும் சேற்றில் அழுந்தாத நிலை வரும்; பிறகு அழுந்தும் செயல் மாறி எழும் செயல் உண்டாகும்; மெல்ல மெல்லச் சேற்றினின்றும் விடுபட்டுக் கரை சேரும் இறுதி நிலை பிறகு கிடைக்கும்.

"பிரபஞ்சமென்னும், சேற்றைக் கழிய வழிவிட்டவா?"

என்று அருணகிரிநாதர் பாடுகிறார்.

பிறவியைப் போக்கி வீடு பெறுவது நமக்கு உரிய லட்சியம் என்றும், அதனை அடையப் பற்று அறுத்தலே வழி என்றும், அந்த வழியை அடைய இறைவனிடம் உள்ள அன்பே துணை என்றும் இதுகாறும் சொன்னவற்றால் அறிந்து கொண்டோம். ஆகவே இறைவன்பால் உள்ள அன்பு, இறைவனைப் பற்றுக் கோடாகக் கொள்ளும் முயற்சி, நம்பாலுள்ள பற்றைப் போக்கி வீடுபேற்றை அடையச் செய்வதற்கு ஏதுவானது என்று தெரியவரும். இதையே கடவுள் வாழ்த்தின் இறுதிக் குறளில் திருவள்ளுவர் சொல்கிறார்.

பிறவிப் பெருங்கடல் நீந்துவர்; நீந்தார்
இறைவன் அடிசேரா தார். *(10)*

இறைவன் அடியைச் சேர்ந்தவர்கள் பிறவியாகிய பெரிய கடலை நீந்துவர் என்பதையும், அவ்வாறு சேராதவர் நீந்த மாட்டார் என்பதையும் ஒருங்கே இந்தக் குறளில் சொன்னார்.

பிறவி என்பது எல்லையில்லாமல் தொடர்ந்து வருவதனால் அதனைக் கடலாக உருவகம் செய்தார்.

பிறவியென்னும் கடலில் அழுந்தினவாகிய உயிர்கள் முத்தியென்னும் கரையைச் சேரவேண்டும். கடலைக் கடப்பதற்கு உரிய கருவிகள் தெப்பம், ஓடம், தோணி, கப்பல் முதலியன. இறைவனுடைய திருவருள் தெப்பம் முதலியவற்றைப் போலப் பிறவிக் கடலைக் கடக்கப் பயன்படும்.

"புணைவன் பிறவிக்கடல் நீந்துவார்க்கே" என்பது திருவாய்மொழி. "அடியார்பால், இணையில் பவங்கிளர் கடல்கள் இகந்திட இருதாளின் புணையருள் அங்கணர்" என்பது பெரிய புராணம்.

கடலில் உள்ள தெப்பத்தைப் பற்றிக்கொள்ளாதவர் கடலுக்குள்ளே ஆழ்ந்து போவார்கள். "சேராதார் நீந்தார்" என்பதற்கு, அதனைச் சேராதார் நீந்த மாட்டாராய் அதனுள் அழுந்துவர்' என்று பரிமேலழகர் உரை எழுதினார்.

ஆகவே, பிறவிக் கடலாக உருவகம் செய்ததற்கு ஏற்ப வீடுபேற்றைக் கரையாகவும், இறைவன் திருவடியைப் புணையாகவும் கொள்ள வேண்டும். உயிர்க் கூட்டங்களில் புணையைப் பற்றாமல் ஆழ்கிறவர்கள் ஒரு வகை; புணையின் உதவியால் கரைசேர்ந்தார் ஒரு வகை. புணை அல்லது கப்பலிலே ஏறிக்கொண்டவர்கள் நிச்சயமாகக் கரையை அடைவார்கள். அவர்களுக்குக் கடலில் இருக்கும் போதும் அச்சம் தோன்றாது. நல்ல கப்பலில் ஏறிக்கொண்டவருக்குக் கப்பற்பயணம் மகிழ்ச்சியைத் தருவதாகவும் இருக்கும்.

இறைவன் திருவடியை இறுகப் பற்றியவர்கள் இந்த உலகில் வாழ்ந்தாலும் அச்சமின்றி வாழ்வார்கள்; துன்பமின்றி இன்பத்தை நுகர்வார்கள்.

"நாமார்க்கும் குடியல்லோம். நமனை அஞ்சோம்:
நரகத்தில் இடர்ப்படோம்; நடலை இல்லோம்;
ஏமாப்போம் பிணி அறியோம்; பணிவோம் அல்லோம்;
இன்பமே எந்நாளும்; துன்பம் இல்லை.
தாம் ஆர்க்கும் குடியல்லாத் தன்மை யான
சங்கரன்நற் சங்கவெண் குழையோர் காதிற்
கோமாற்கே யாம்என்றும் மீளா ஆளாய்க்
கொய்ம்மலர்ச்சே வடியிணையே குறுகி னோமே"

என்னும் அப்பர் சுவாமிகள் திருவாக்கினால் இந்த உண்மை தெளிவாகப் புலனாகிறது. பற்றற்றவனாகிய, தான் ஆர்க்கும் குடியல்லாத நிலையுள்ள, இறைவனுடைய திருவடியிணையைப் பற்றிக்கொண்டவர் அவர். அதனால் இந்தப் பிறவிலேயே நமனை அஞ்சா நிலையும், நடலை ல்லா நிலையும் பெற்றார். பிறவிக் கடலில் ஆழ்கிறவர் களுக்குத் துன்பமயமாய்த் தோன்றும் வாழ்க்கை அவருக்குத் துன்பம்

இல்லாத இன்ப வாழ்வாக அமைந்தது. இப்பிறவி நீங்கியபின் வீடு பேறு கிடைப்பது உறுதி. அதனோடு இப்பிறவியிலேயே துன்பமும் அச்சமும் இல்லாத இன்பமும் கிடைக்கும்.

ஆதலின் இறைவனடி சேர்வதனால் எப்போதோ பயன் உண்டு என்று எண்ணக்கூடாது. "செத்த பிறகு சிவலோகம் வைகுந்தம் ஆனால், இப்போதைக்கு என்ன பயன்?" என்று கேட்டால், "இப்போதே துன்பத்தில் ஆழாமல் வாழலாம்" என்று உறுதியாகச் சொல்லலாம். இறைவனடியை எந்தக் கணத்தில் பற்றிக்கொண்டாலும் அதுமுதல் அவனிடம் துன்பத்தில் ஆழும் செயல் நின்று விடுகிறது. கப்பலில் தடுமாறாமல் தக்க இடத்தைத் தேடிக்கொண்டு அமர்ந்தவனுக்குக் கடலின் அலையாலோ, சுறாமீனாலோ, ஆழத்தாலோ துன்பம் உண்டாகாது. இறைவன் திருவடிப்பற்றை உறுதியாகக் கொண்டவன், இந்த உலகில் வாழ்ந்தாலும் உலகியல் கவலைகளும் துன்பங்களும் அவனைச் சாரா.

ஆதலின் இந்த வாழ்விலே இறைவனடி சேர்வார் இந்தப் பிறவியையும் இன்பப் பிறவியாக்கிக் கொள்ளலாம்; இதன் பின் 'மற்றீண்டு வாரா' இன்ப வாழ்வையும் அடையலாம். இந்தக் கருத்தை உள்ளடக்கியது,

பிறவிப் பெருங்கடல் நீந்துவர்; நீந்தார்
இறைவன் அடிசேரா தார்

என்னும் குறள்.

தெய்வம்

கடவுளைத் தெய்வம் என்ற சொல்லால் குறித்தல் தொல்காப்பியர் காலத்திலேயே இருந்தது. சொல்லதிகாரத்திலும் பொருளதிகாரத்திலும் தெய்வம் என்ற சொல்லை ஆளுகிறார் தொல்காப்பியர். திருவள்ளுவர் அச் சொல்லைப் பல இடங்களில் எடுத்து ஆள்கிறார். கடவுள் என்ற சொல்லைத் தொல்காப்பியத்திலும் சங்க நூல்களிலும் பல இடங்களிற் காணலாம். திருக்குறளிலோ கடவுள் வாழ்த்து என்ற அதிகாரத் தலைப்பில் மட்டும் அச் சொல் காணப்படுகிறதேயன்றி, நூலுக்குள் ஓரிடத்திலும் வரவில்லை.

தெய்வம் என்ற சொல் முழு முதற் கடவுளைக் குறிக்கவும் வரும்; தேவர்களைக் குறிக்கவும் வரும். இந்த இரண்டு வகையிலும் திருவள்ளுவர் அச் சொல்லை வழங்குகிறார்.

இன்ப துன்பம் என்னும் இரண்டும் முறையே முன் செய்த நல்வினை தீவினைகளின் பயனாக உயிர்களுக்கு வருவன. முன்னை வினையை ஊம், வினை, விதி, நியதி, பால் என்று பல சொற்களால் சொல்வதுண்டு.திரு வள்ளுவர் ஊழ் என்று தனியே ஓர் அதிகாரமே அமைத் திருக்கிறார். ஊழ் சடமாதலின் அது தானே பயனைத் தராது. ஆதலின் ஊழ்வினைக்கு ஏற்றபடி பயனை ஊட்டும் ஒரு பொருள் இருக்க வேண்டும். அப்பொருளே பரம் பொருளாகிய கடவுள். ஊழின்படியே நுகர்ச்சியை வரையறை செய்வதனால் கடவுளைப் பால்வரை தெய்வம் என்று குறிப்பதுண்டு.

"பால்வரை தெய்வம் வினையே பூதம்
ஞாயிறு திங்கள்"

(கிளவியாக்கம், 57)

என்ற தொல்காப்பியச் சூத்திரம் வினையைத் தனியாகவும், பாலாகிய அதனை வரையறை செய்யும் தெய்வத்தை வேறாகவும் வைத்துப் பேசுகிறது.

திருவள்ளுவர் பால்வரை தெய்வத்தைத் தெய்வம் என்ற பெயரால் இரண்டு இடங்களில் குறிக்கிறார்.

தெய்வத்தான் ஆகா தெனினும் முயற்சிதன்
மெய்வருத்தக் கூலி தரும் *(619)*

என்பது ஒன்று. ஆள் வினையுடைமையாகிய முயற்சியின் பெருமையைச் சொல்லும் குறள் இது. ஊழ் மிக வலிது. அதன்படியே யாதும் நிகழும். ஆயினும் முயற்சிக்கும் ஓரளவு பயன் உண்டு என்பதைச் சொல்ல வரும் குறள் இது. 'பால்வரை தெய்வத்தால் கருதிய பயன் ஆகா விட்டாலும், முயற்சி உடம்பு வருந்திய வருத்தத்தின் கூலியைத் தரும்' என்பது இதன் பொருள். 'முயன்ற வினை, பால்வகையால் கருதிய பயனைத் தராது ஆயினும், முயற்சி தனக்கு இடமாய உடம்பு வருந்திய வருத்தத்தின் கூலியளவு தரும்; பாழ் ஆகாது' என்று பரிமேலழகர் உரை எழுதுகிறார். தெய்வம் என்பதற்குப் பால்வகை யென்று உரை கூறினும் பால்வரை தெய்வத்தையே அது குறித்ததாகக் கொள்ள வேண்டும்.

வகுத்தான் வகுத்த வகை அல்லால் கோடி
தொகுத்தார்க்கும் துய்த்தல் அரிது *(377)*

என்னும் குறள் ஊழ் என்னும் அதிகாரத்தில் வரும் இறுதிப் பாட்டு. 'ஐம்பொறிகளாலும் நுகர்வதற்குரிய பொருள்கள் கோடி சேர்த்து வைத்தவருக்கும் ஊழ் வினையின்படி நுகர்ச்சி கைகூடுமேயன்றி, அவ்வளவையும் நுகர்தல் அரிதாகும்' என்பது பொருள். இங்கே ஊழ் வினையை, "வகுத்தான் வகுத்த வகை" என்று தெளிவாகச் சொல்கிறார் திருவள்ளுவர். வகுத்தான் ஒருவன் உண்டு; அவன் வகுத்த வகை ஒன்று உண்டு. வகை என்பது பாலாகிய ஊழ். அதை வகுத்தான் பால்வரை தெய்வம் என்று தொல்காப்பியம் கூறும் கடவுள்.

ஆகவே, "தெய்வத்தான் ஆகா தெனினும்" என்ற குறளில் வரும் தெய்வம் என்பது பால்வரை தெய் வத்தையே குறிப்பதாகக் கொள்வதுதான் பொருத்தமாகும். "இதை நான் எழுதினேன்" என்றும், "இது என் கை எழுதியது" என்றும் கருத்தாவுக்கும் கருவிக்கும் உள்ள ஒற்றுமை பற்றிக் கூறுவதுபோல, பால்வரை தெய்வத்தின் செயலையே பாலின்மேல் ஏற்றிக் கூறுவது உபசார வழக்கு.

குடிசெய்வல் என்னும் ஒருவற்குத் தெய்வம்
மடிதற்றுத் தான்முந் துறும் *(1023)*

என்பதிலும் தெய்வம் வருகிறது. குடிசெயல் வகை என்னும் அதிகாரத்தில் உள்ளது இக் குறள். 'என் குடியினை உயரச் செய்வேன்' என்று கொண்டு, ஏற்ற வகையில் முயற்சி செய்யும் ஒருவனுக்குத் தெய்வம் ஆடையை இறுக்கிக் கட்டிக்கொண்டு உதவி செய்ய முன் வரும்' என்பது இதன் பொருள்.

இங்கும் தெய்வம் என்பது பால்வரை தெய்வம் என்ற கருத்தில் வந்ததே. 'முன் நடப்பார் செயல் நியதிமேல் ஏற்றப்பட்டது' என்பது பரிமேலழகர் உரை. வியதியாகிய பாலைத் தெய்வமாகக் குறித்தார் திருவள்ளுவர். என்னும் பொருள்பட உரை எழுதினார் அவர். முன் சொன்ன ஒற்றுமை நயத்தின்படி நியதி என்றது பால்வரை தெய்வத்தை என்றே கொள்ளவேண்டும்.

தெய்வம் தொழாஅள் கொழுநற் றொழுதெழுவாள்
பெய்யெனப் பெய்யும் மழை *(55)*

என்பது பலரும் பலமுறை கூறும் குறள்.

'தன் கொழுநனையே தெய்வமென்று கருதிப் பிற தெய்வத்தைத் தொழாத கற்புடையவள், பெய்யென்று சொன்ன அளவிலே மழை பெய்யும்' என்பது இதன் பொருள்.

தெய்வத்தைத் தொழுவது யாவருக்கும் கடமை யாயினும் கற்புடை மகளிருக்கு அது வேண்டுவதன்று என்ற கருத்தை

இது கூறுகிறது. பிற நூல்களும் இந்தக் கருத்தை வற்புறுத்துகின்றன.

இங்கே, தெய்வம் தொழுவதற்குரியது என்ற கருத்தும் இருக்கிறது. பரிதியார் என்ற உரையாசிரியர் 'குலதேவதை' என்று பொருள் கூறுவார். தெய்வத்துக்குப் பல உருவங்களும் நாமங்களும் உண்டு. அதனால் பல தெய்வங்கள் என்று சொல்லும் வழக்கு உண்டாயிற்று. வழிவழியே குலத்தினர் வழிபடத் தாமும் வழிபட்டு வரும் கடவுளை, வழிபடு தெய்வம்' என்று குறிப்பது ஒரு மரபு.

"வழிபடு தெய்வம் கண்கண் டாஅங்கு"

என்று நற்றிணையில் வருகிறது.

"வழிபடு தெய்வம் நிற்புறம் காப்ப"

என்பது தொல்காப்பியம்.

பால்வரை தெய்வம் என்று குறிப்பதுபோல, வழிபடு தெய்வம் என்று குறிப்பதும் மரபு. தெய்வம் தொழாஅள் என்பதனால் ஏனையோர் வழிபடு தெய்வத்தைத் தொழும் வழக்கம் உள்ளவர் என்பதும், கற்புடை மகளிர் கணவரையே வழிபடு தெய்வமாகக் கொள்வர் என்பதும் புலனாகின்றன.

ஆகவே, தெய்வம் என்பதற்குப் பால்வரை தெய்வம், வழிபடு தெய்வம் என்று பொருள் விரிக்கும் படி திருவள்ளுவர் ஆள்கிறார் என்பதைக் கண்டோம். ஒரு தொடர் கடவுளின் செயலையும், மற்றொன்று அவர் மாட்டுப் பிறர் செய்யும் செயலையும் குறித்து நிற்கின்றன.

திருக்குறளில் தெய்வம் என்ற சொல்லைத் தேவர்கள் என்ற பொருளிலும் திருவள்ளுவர் அமைக்கிறார்.

தென்புலத்தார் தெய்வம்
விருந்தொக்கல் தான் என்றாங்
கைம்புலத்தா றோம்பல் தலை *(43)*

என்னும் குறளில் தெய்வம் என்ற சொல் வருகிறது. இங்கே தனிப்பெருந் தெய்வமாகிய கடவுளை அது குறிப்பதாகவும் கொள்ளலாம்; தேவர்களைக் குறிப்பதாகவும் கொள்ளலாம். 'பிதிரர், தேவர், விருந்தினர், சுற்றத்தார், தான் என்று சொல்லப்பட்ட ஐந்திடத்தும் செய்யும் அறநெறியை வழுவாமல் செய்தல் இல்வாழ் வானுக்குச் சிறப்புடைய அறமாம்' என்பது பரிமேலழகர் உரை. அவர் தெய்வம் என்பதற்குத் தேவர் என்று உரை கொண்டார். அதற்கேற்ப விசேட உரையில், 'தெய்வம் என்பது சாதி யொருமை' என்று இலக்கணம் எழுதினார். ஐவர் திறத்தும் ஆற்றும் அறத்தைப் பஞ்ச யக்ஞம் என்பர் வடநூலார்.

வையத்துள் வாழ்வாங்கு வாழ்பவன் வான்உறையும்
தெய்வத்துள் வைக்கப் படும் *(50)*

என்னும் குறளில் தெய்வம் என்ற சொல்லைத் தெளிவாகத் தேவர் என்ற பொருளிலே திருவள்ளுவர் அமைத்தார். வான் உறையும் என்ற அடையும், தெய்வத்துள் என்பதில் உள்ள பன்மைக் குறிப்பும் அந்தப் பொருளைத் தெளிவாக்குகின்றன. வானுல கத்தில் உறையும் தேவர்களுக்குள் ஒருவனாக வைக்கப் படுவான்' என்று பொருள் விரிக்கும்போது இது பின்னும் தெளிவாகிறது.

சிறந்தவனைத் தேவரைப்போல மதிப்பது வழக்காத லின் வாழ்வாங்கு வாழ்பவனைத் தேவருள் ஒருவனாக எண்ணும் நிலை அமைந்தது. இவ்வாறே வேறு ஒருவனும் தேவருக்குள் ஒருவனாக மதிக்கப்பெறுவான் என்ற கருத்தை வேறு ஒரு குறளில் கூறுகிறார்.

ஐயப் படாஅ தகத்த துணர்வானைத்
தெய்வத்தோ டொப்பக் கொளல் *(702)*

என்பது அக் குறள். குறிப்பறிதல் என்னும் அதிகாரத்தில் வருவது அது. 'பிறர் மனத்தில் நிகழ்வதை ஐயப்படாமல் உறுதியாக உணரும் ஆற்றல் பெற்றவனை, மனிதனே யானாலும் தேவர்களோடு ஒப்ப மதிக்க வேண்டும்' என்பது

இதன் பொருள். இங்கும் தெய்வம் என்ற சொல் தேவரைக் குறித்து நின்றது. இவ்வாறு வரும் இடங்களிலெல்லாம், தெய்வம் என்பது தொகுதி ஒருமை என்றே கொள்ள வேண்டும்.

திருவள்ளுவர் ஆறு இடங்களில் தெய்வம் என்ற சொல்லை ஆள்கிறார். ஊழ்வினையின்படி இன்ப துன்பங்களை வரையறுக்கும் பால்வரை தெய்வம் என்று சில இடங் களிலும், வழிபடு தெய்வம் என்று ஓரிடத்திலும், தேவர் என்று சில இடங்களிலும் பொருள்கொள்ளும்படி அச் சொல் அமைந்திருக்கிறது என்பதை இதுகாறும் சொன்ன வற்றால் உணர்கிறோம்.

தெய்வ வகை

திருவள்ளுவர் பொதுவாகத் தெய்வம் என்று குறிக்கும் இடங்களைப் பற்றி முன் கட்டுரையில் ஆராய்ந்தோம். அந்தச் சொல்லால் முழுமுதற் கடவுளைக் குறிப்பதும், தேவர்களைக் குறிப்பதும் உண்டென்பதை அறிந்தோம்.

இப்போது, குறிப்பிட்ட சில தெய்வங்களைப் பற்றி அவர் கூறும் செய்திகளைக் கவனிப்போம்.

திருமாலை இரண்டிடங்களில் குறிக்கிறார் திருவள்ளுவர். அடியளந்தான், தாமரைக் கண்ணான் என்று இரண்டு தொடர்களால் சுட்டுகிறார் அப்புலவர் பெருமான்.

மடியிலா மன்னவன் எய்தும், அடியளந்தான்
தாஅய தெல்லாம் ஒருங்கு *(610)*

என்பது ஒரு குறள். 'தன் அடியாலே எல்லா உலகையும் அளந்த இறைவன் எவற்றை அளந்தானோ அவை அனைத்தையும் சோம்பல் இல்லாமல் முயற்சி செய்யும் அரசன் அடைவான்' என்பது இதன் பொருள். இங்கே திருமாலைச் சுட்டியது போலவே திருஞான சம்பந்தப் பெருமானும் திருத்தூங்கானை மாடத்துத் திருப்பதிகத்தில்,

"மலர்மிசைய நான்முகனும் மண்ணும் விண்ணும்
தாய அடியளந்தான் காண மாட்டாத்
தலைவர்க் கிடம்போலும்" *(9)*

என்னும் பாசுரத்தில் 'தாய அடியளந்தான்' என்று கூறுகிறார். இந்தக் குறளில் திருமால் திரிவிக்கிர மாவதாரம் எடுத்து உலகை அளந்த செய்தி வருகிறது.

தாம்வீழ்வார் மென்றோள் துயிலின் இனிதுகொல்
தாமரைக் கண்ணான் உலகு *(1103)*

என்பது திருமாலைக் கூறும் மற்றொரு குறள். இது காமத்துப்பாலில் வருகிறது. தலைவியோடு இன்புற்ற தலைவன் தான் பெற்ற இன்பத்தை எண்ணிக் கூறும் கூற்றாக அமைந்தது இது. "தாம் விரும்பும் மகளிரது மெல்லிய தோளில் துயின்று பெறும் இன்பத்தினும் திருமாலின் உலகத்தில் பெறும் இன்பம் இனியதோ?" என்பது இதன் பொருள். ஐம்புலன்களையும் நுகர் வார்க்குத் தாம் விரும்பும் மகளிர் மெல்லிய தோளின்கண் துயிலும் துயில்போல் வருந்தாமல் எய்தலாமோ, அவற்றைத் துறந்த தவயோகிகள் எய்தும் செங்கண்மால் உலகம்' என்று பரிமேலழகர் உரை விரித்தார்.

இங்கே திருமாலைத் தாமரைக் கண்ணான் என்று கூறி, அவனுறையும் உலகம் பேரின்பம் தருவதென்பதைக் குறிப்பாற் பெற வைத்தார். தாமரைக் கண்ணான் என்பதற்கு மணக்குடவர் இந்திரனென்றும், காளிங்கர் பிரமன் என்றும் பொருளுரைத்தனர். இந்திரனைத் தாமரை போன்ற கண்ணான் என்று சொல்வது மரபன்று; "இந்திரனுலகு என்று உரைப்பாரும் உளர்; தாமரைக் கண்ணான் என்பது அவனுக்குப் பெயரன்மையின், அஃது உரையன்மை யறிக' என்று பரிமேலழகர் அதை மறுத்தார். தாமரைக்கண்ணான் என்பதில் உள்ள கண் என்பதற்கு இடம் என்று பொருள் கொண்டு, தாமரையாகிய இடத்தில் உள்ளவன் என்பதனால் பிரமனைக் குறிப்பதாகக் கூறினர் காளிங்கர். இன்பம் தருவது பிரமனுலகு என்று சொல்வது பெரு வழக்கு அன்றாதலின் அந்த உரையும் பொருந்தாது. திருமாலைப் புண்டரீகாட்சன் என்றும் கமலக் கண்ணன் என்றும் கூறுவது மரபு. அதனை ஒட்டியே தாமரைக் கண்ணான் என்றார் திருவள்ளுவர்.

திருமாலின் தேவியாகிய திருமகள் செல்வத்துக்குத் தெய்வமென்றும், அந்தப் பிராட்டியின் திருவருளால் பொருள்வளம் உண்டாகும் என்றும் கூறுவது இந்நாட்டு மரபு.

திருக்குறளாசிரியரும் செல்வம் உண்டாகும் என்று சொல்ல வரும் சில இடங்களில் திருமகள் வருவாள் என்று சொல்கிறார்.

விருந்து ஓம்பி இல்வாழ்க்கையை நடத்துகிறவ ரிடத்திலும், பிறர் பொருளை வெஃகாதவரிடத்திலும், சோம்பலின்றி முயற்சி செய்பவரிடத்திலும் திருமகள் சேருவாள் என்கிறார்.

முகம் விரும்பி நல்விருந்தினரைப் பேணுபவருடைய வீட்டில் மனம் குளிர்ந்து திருமகள் தங்குவாளாம்.

அகன் அமர்ந்து செய்யாள் உறையும் முகன் அமர்ந்து
நல்விருந்து ஓம்புவான் இல். *(84)*

அறம் இன்னதென்று அறிந்து, பிறர் பொருளை விரும்பாமல் இருப்பவர்களை, எவ்வாறு அடைய வேண்டுமோ அந்த வகையை அறிந்து திருமகள் அடைவாளாம்.

அறன் அறிந்து வெஃகா அறிவுடையார்ச் சேரும்
திறன் அறிந்து ஆங்கே திரு. *(179)*

திருமகள் இன்னார் இன்னாரை விட்டு நீங்கி விடுவாள் என்பதையும் சில இடங்களில் சொல்லுகிறார். அழுக்காறு என்ற பாவி திருமகளை ஓட்டிவிட்டு நரக வாதனையில் செலுத்திவிடும் என்பது ஒரு குறளின் கருத்து.

அழுக்காறு எனஒரு பாவி திருச்செற்றுத்
தீயுழி உய்த்து விடும். *(168)*

ஓர் அரசனிடம் ஒருவன் துணையாய் நின்று அவனுடைய அதிகாரியாக இருக்கிறான். மிகவும் உண்மை யாக உழைக்கும் அவனை அயலானாக அரசன் நினைப்பானானால் அவ்வரசனிடமிருந்து திருமகள் நீங்கி விடுவாள்.

வினைக்கண் வினையுடையான் கேண்மைவே றாக
நினைப்பானை நீங்கும் திரு. *(519)*

பரத்தையர் தொடர்பு, கட்குடி, சூதாடுதல் ஆகிய மூன்றையும் உடையவர்களிடமிருந்து திருமகள் நீங்கி விடுவாள்.

இருமனப் பெண்டிரும் கள்ளும் கவறும்
திருநீக்கப் பட்டார் தொடர்பு. ***(519)***

திருமகளுடைய தமக்கையை முகடியென்றும், தவ்வையென்றும் கூறுவர். வறுமையும் துன்பமும் அவள் இருக்கும் இடத்தில் இருக்குமாம். திருமகளையும், தவ்வையையும் ஒருங்கே கூறும் குறட்பாக்கள் இரண்டு உண்டு. பொறாமைக்காரனிடமிருந்து திருமகள் நீங்க அங்கே அவளுடைய தமக்கை வந்து புகுவாளாம்.

அவ்வித் தழுக்கா றுடையானைச் செய்யவள்
தவ்வையைக் காட்டி விடும். ***(167)***

அழுக்காறுடையவனைத் தன் தமக்கைக்குக் காட்டி, "நீ இவனிடமே இரு" என்று சொல்லிவிட்டுத் திருமகள் நீங்குவாள் என்று நயமாகச் சொல்லுகிறார்.

சோம்பல் உள்ளவனிடம் முகடி உறைய, சோம்பல் இல்லாமல் முயற்சி செய்பவனிடம் திருமகள் தங்குவாளாம்.

மடிஉளாள் மாமுகடி என்ப; மடிஇலான்
தாள்உளாள் தாமரையி னாள். ***(617)***

'கரிய சேட்டை ஒருவன் மடியின் கண்ணே உறையும்; திருமகள் மடியிலானது முயற்சிக்கண்ணே உறையும் என்று சொல்லுவார் அறிந்தோர்' என்பது பரிமேலழகர் உரை

சூதென்னும் முகடியால் மூடப்பட்டார் ***(936)***

என்று தனியே மூதேவியைக் குறிக்கும் குறள் ஒன்று உண்டு. அங்கே சூதை முகடியாக உருவகித்தார்.

மேலே சொன்ன குறட்பாக்களால் திருமகள் செந்நிற முடையவளென்பதும், தாமரை மலரில் உறைபவ

ளென்பதும், செல்வத்துக்குத் தலைவி என்பதும் பெறப் பட்டன. தவ்வையாகிய மூதேவி கரிய நிறமுடையவ ளென்பதையும், திருமகளுக்கு மூத்தவளென்பதையும் உணர்கிறோம். செய்யவள், செய்யாள், தாமரையினாள், திரு என்ற பெயர்கள் திருமகளுக்கு வழங்கும் என்பதையும் அறிந்துகொள்கிறோம்.

உலகத்தைப் படைப்பவனைப் பிரமன் என்று புராணங்கள் கூறும். படைப்பு, காப்பு, அழிப்பு என்ற மூன்று தொழில்களில் முதலாவது படைப்பு. பிரமனே எல்லாருடைய தலையிலும் எழுதி விதிக்கின்றான் என்று கூறுவார்கள்; அதனால் வீதி என்ற பெயரும் அவனுக்கு வழங்கும். இந்த இரண்டையும் இணைத்து ஒரு குறளில் பிரமனை நினைக்கிறார் திருவள்ளுவர்.

இரந்தும் உயிர்வாழ்தல் வேண்டின் பரந்து
கெடுக உலகியற்றி யான். *(1063)*

'உலகைப் படைத்தவனாகிய பிரமன், ஒருவன் இரந்து அதனால் உயிர் வாழ்வதை விரும்பி விதித்தானானால், அந்தப் பிரமனும் எங்கும் திரிந்து கெட்டுப் போவானாக!' என்று பிரமனைச் சபிக்கிறார் வள்ளுவர். இங்கே விதித்தலையும் உலகை இயற்று தலையும் அவனுடைய செயல்களாகக் குறிப்பித்தலைக் காண்க.

வகுத்தான் வகுத்த வகையல்லால் கோடி
தொகுத்தார்க்கும் துய்த்தல் அரிது. *(377)*

என்ற குறளில் வரும் 'வகுத்தான்' என்பது பால்வரை தெய்வத்தைக் குறிப்பதாகக் கொள்ளாமல், பிரமனைச் சுட்டியதாகக் கொள்வதும் பொருந்தும்.

பிறவிக்குக் காரணமாக இருப்பவன் பிரமன் என்றுள்ள மரபைப் போலவே, இறப்புக்கு ஒருவன் காரணமாக இருக்கிறான் என்பதும் ஒரு மரபு. அவனைக் கூற்று என்றும்

கூற்றம் என்றும் திருவள்ளுவர் சொல்கிறார். உடம்பினின்றும் உயிரைக் கூறுபடுத்துவதனால் கூற்று என்ற பெயர் வந்தது.

தவம் புரிபவர்கள் கூற்றுவனையும் வெல்லும் ஆற்றலைப் பெறுவார்கள் என்பதைப் பல பெரியார்கள் கூறியிருக் கிறார்கள். இந்தக் கருத்தை,

கூற்றம் குதித்தலும் கைகூடும்,நோற்றலின் ஆற்றல்
தலைப்பட்ட வர்க்கு *(269)*

என்ற குறளில் கூறுகிறார். இதற்கு, தவத்தான் வரும் ஆற்றலைத் தலைப்பட்டார்க்குக் கூற்றத்தைக் கடத்தலும் உண்டாவதாம் என்று பரிமேலழகர் உரை கூறினார். மணக்குடவர், குதித்தல் - தப்புதல். இது மார்க்கண்டேயன் தப்பினாற் போல என்றது' என்று எழுதினார்.

கொல்லாமையை விரதமாகக் கொண்டவனுக்கு வாழ்நாள் இடையே கூற்றுவனது துன்பம் வராது என்று ஒரு குறளில் குறிப்பித்தார்.

கொல்லாமை மேற்கொண்டொழுகுவான் வாழ்நாள்மேல்
செல்லாது உயிர் உண்ணும் கூற்று. *(326)*

முழு ஆயுளும் வாழ்வார் என்பது இதன் கருத்து. பரிமேலழகர் இந்தக் கருத்தைப் பின்வருமாறு விளக்குவார்: மிகப் பெரிய அறம் செய்தாரும் மிகப் பெரிய பாவம் செய்தாரும் முறையானன்றி இம்மை தன்னுள்ளே அவற்றின் பயன் அநுபவிப்பர் என்னும் அறநூல் துணிபு பற்றி, இப்பேரறம் செய்தான் தானும் கொல்லப்படான்; படானாகவே, அடியிற் கட்டிய வாழ்நாள் இடையூறின்றி எய்தும் என்பார், வாழ்நாள் மேற் கூற்றுச் செல்லாது என்றார். செல்லாதாகவே காலம் நீட்டிக்கும்; நீட்டித்தால் ஞானம் பிறந்து உயிர் வீடுபெறும் என்பது கருத்து.'

கூற்றம் இறப்பைத் தரும் என்பதை,

கூற்றத்தைக் கையால் விளித்தற்றால் ஆற்றுவார்க்
காற்றாதார் இன்னா செயல் ***(894)***

என்பதிலும் குறிப்பித்தார்.

கூற்றம் மாற்ற முடியாத பெருவலிமையுடையது என்பதை, "மாற்றாருங் கூற்றம்'" என்று தொல்காப்பியர் குறிப்பதனால் உணரலாம். திருவள்ளுவர்,

கூற்றுடன்று மேல்வரினும் கூடி எதிர்நிற்கும்
ஆற்ற லதுவே படை ***(765)***

என்ற குறளில் குறிப்பாக அதைப் புலப்படுத்தினார்.

உப்பிற்கும் காடிக்கும் கூற்று
பண்டறியேன் கூற்றென் ***(1050)***

பதனை; இனியறிந்தேன் ***(1083)***

என்பவற்றில் உருவக வகையிலும்,

கூற்றமோ கண்ணோ பிணையோ ***(1085)***

என்பதில் உவமையாகவும் கூற்றத்தைச் சொல்கிறார்.

இதுவரையில் கூறியவற்றால் முழுமுதற் கடவுளை அவருக்குரிய பண்புகளால் கடவுள் வாழ்த்தில் எடுத்துரைத்து, பிற இடங்களில் தெய்வம் என்றும் அவரைக் கூறிய திருவள்ளுவர் திருமால், திருமகள், முகடி, பிரமன், கூற்றுவன் ஆகிய தெய்வ வகை களைப் பற்றியும் கூறியிருக்கிறார் என்பதை அறிந்தோம். அவர் கூறும் மற்றத் தேவர்களைப் பற்றி அடுத்தபடி பார்ப்போம்.

இந்திரன் முதலியோர்

தேவர்கள் வாழும் உலகம் வானுலகம். அவர்களுக்குத் தலைவன் இந்திரன். இந்திரன் துய்க்கும் இன்பம் மிகப் பெரியது. இந்திர போகம், இந்திர திருவம் என்று வழங்குவதிலிருந்து அவனுடைய வாழ்க்கையின் சிறப்பை உணரலாம். அவனைத் திரு வள்ளுவர் இரண்டு இடங்களில் குறிக்கிறார். நீத்தார் பெருமையைச் சொல்ல வந்த அவர், வானுளோருக்குத் தலைவனும் பேராற்றலுடையவனுமான இந்திரனே தவ முடையோரின் முன் தோல்வியுறுவான் என்று சொல்லுகிறார்.

ஐந்தவித்தான் ஆற்றல் அகல்விசும்பு ளார்கோமான்
இந்திரனே சாலும் கரி. *(25)*

"புலன்களில் செல்கின்ற அவா ஐந்தினையும் அடக்கினானது வலிக்கு, அகன்ற வானத்து உள்ளார் இறைவனாகிய இந்திரனே அமையும் சான்று' என்று பரிமேலழகர் உரை கூறி, 'தான் ஐந்து அவியாது சாபம் எய்தி நின்று, அவித்தானது ஆற்றல் உணர்த்தினானாதலின், இந்திரனே சாலும் கரி என்றார்? என்று விளக்கினார். அகலிகையை விரும்பிக் கோதம முனிவரால் சாபம் பெற்ற வரலாற்றை நினைந்தே இந்த விளக்கத்தைப் பரிமேலழகர் எழுதினாரென்று தோற்றுகிறது.

இந்திரனோடு தொடர்புடைய புராணக் கதையையே திருவள்ளுவர் உளம் கொண்டு இந்தக் குறளை அமைத்திருக்கிறார். அவர் உள்ளத்திற் கொண்ட கதையில் ஐந்தவித்தான் ஒருவனும் இந்திரனும் தவத்தின் ஆற்றலை வெளிப்படுத்தும் நிகழ்ச்சியும் இருத்தல் வேண்டும். நீத்தார் பெருமை தோன்றச் செய்து தன் சிறுமையைப் புலப்படுத்தியதனால்தான் இந்திரனைக் கரியாக்கினார்.

இந்தக் குறளின் உரையில் காளிங்கர் என்னும் உரையாசிரியர், 'தன் பதம் கருதித் தவம் செய்யும் நீத்தார் மாட்டுத் திலோத்தமை முதலிய தெய்வ மகளிரை விடுத்து, மற்று அத் தவம் அழித்து, தவம் அழியாமை நிலைநிற்கையாலும், தனது பதம் விரும்பாமை யாலும் தானே சான்றாய் அமையும்' என்று கூறுகிறார். இந்திரன் தவம் அழியாமல் நிற்பவன் என்றும், தன் பதம் விரும்பாதவன் என்றும் அவர் கூறுகிறார். திலோத்தமை முதலியவர்களால் தவம் குலைவாரினும் இந்திரன் தவம் உடையவனென்பது அவர் கொள்கை போலும்! அந்தத் திலோத்தமை முதலியோரால் பலகாலும் இன்பம் துய்க்கும் இந்திரன் ஐந்தவித்தானாக இருப்பது எப்படிப் பொருந்தும்?

மணக்குடவர், 'இந்திரன் சான்று என்றது, இவ்வுலகின்கண் மிகத் தவம் செய்வார் உளரானால், அவன் தன் பதம் இழக்கின்றானாக நடுங்குமாதலான், இது தேவரினும் வலியன் என்றவாறு' என்று எழுதினார். மணிமேகலையில், ஆபுத்திரன் பலருக்கும் சோறு அளித்துப் பசிப்பிணி மருத்துவனாக விளங்கிய பொழுது, அவனுடைய அறச் செயலால் பாண்டு கம்பலம் நடுங்குவதைக் கண்டு அஞ்சிய இந்திரன் அவனிடம் வந்து அவனுக்கு ஆசை காட்டியதாக ஒரு வரலாறு வருகிறது. தவம் செய்பவர் களுடைய நிலை கண்டு இந்திரன் தன் பதத்தை இழக்க நேருமோ என்று அஞ்சி அவர் தவத்துக்கு ஊறு விளைக்கப் புகுந்ததாகப் பல கதைகள் புராணங்களில் வருகின்றன. இவற்றை எண்ணியே மணக்குடவர் உரை விரித்தார் என்பது தெளிவு.

இந்திரன் ஐந்து அவியாமல், தவம் மிக்கவரினும் ஆற்றல் குறைந்தவன் என்ற கருத்தை உடையவர் திருவள்ளுவர் என்பதில் தடை ஏதும் இல்லை.

இந்திரனை, அகல் விசும்புளார் கோமான்' என்று அறிந்து இந்திரன் என்ற பெயரையும் இக்குறளில் சொல் கிறார். தேவர்களுக்கு அவன் அரசன் என்பதையும் இதனால் உணர்கிறோம்.

இந்திரனைப் பற்றிய செய்தி வரும் மற்றொரு குறளில் அவனை வேந்தன் என்ற பெயரால் குறிக்கிறார்.

ஏந்திய கொள்கையார் சீறின் இடைமுரிந்து
வேந்தனும் வேந்து கெடும். *(889)*

"காத்தற்கு அருமையான உயர்ந்த விரதங்களை உடையார் வெகுள்வாராயின், அவர் 'ஆற்றலான் இந்திரனும் தன் பதம் இழந்து கெடும்' என்பது பரிமேலழகர் உரை. "நகுடன் என்பான் இந்திரன் பதம் பெற்றுச் செல்கின் ற காலத்துப் பெற்ற களிப்பு மிகுதியான் அகத்தியன் வெகுள்வதோர் பிழை செய், அதனால் சாபம் எய்தி அப்பதம் இடையே இழந்தான் என்பதை உட்கொண்டு இவ்வாறு கூறினார்' என்று மேலும் விளக்கினார் அவ்வுரை யாசிரியர்.

இங்கும் தவத்தினால் சிறப்பு அடைந்தவர்களின் பெருமையையும், இந்திரனுடைய ஆற்றற் குறைவையும் இக் குறள் எடுத்துக் காட்டுகிறது. பரிமேலழகர் கூறிய கதையையே எண்ணித் திருவள்ளுவர் இதை அமைத்தார் என்று சொல்ல இயலாது. ஆனாலும் ஏந்திய கொள்கை யார் சீறியதனால் இந்திரன் தன் பதவியை இழந்த வரலாறு ஒன்றை எண்ணியே அவர் இந்தக் குறளைப் பாடியிருக்க வேண்டும்.

'வேந்தனும்' என்ற உம்மை இந்திரன் பேராற்றல் உடையவன் என்பதைக் குறிக்க நின்றது. எவ்வளவு பெரிய ஆற்றலை உடையவனாக இருந்தாலும் தவ முனிவர் ஆற்றலுக்கு முன் அவன் ஆற்றல் குறைவுபடும் என்ற கருத்தை வற்புறுத்தவே இவ்வாறு சொன்னார்.

வேந்தன் என்பது இந்திரனுடைய பெயர்.

"வேந்தன் மேய தீம்புனல் உலகமும்" *(அகத்திணை. 5)*

என்பது தொல்காப்பியம்.

இந்தக் குறளால் வேந்தனாகிய இந்திரன் பேரரசன் என்பதும், ஆயினும் தவத்தினர் ஆற்றலுக்கு எதிரே அவன் ஆற்றல் தாழ்வுறும் என்பதும் புலனாயின.

ஓரிடத்தில் திருவள்ளுவர் காமனை நினைப்பூட்டுகிறார். மக்களுடைய உள்ளத்தில் காம உணர்ச்சியை ஊட்டும் தேவன் அவன். காமத்துப் பாலில் தனிப்படர் மிகுதி என்ற அதிகாரத்தின் ஒரு குறளில் அவனைப் பற்றிய செய்தி வருகிறது.

பருவாலும் பைதலும் காணான்கொல் காமன்
ஒருவர்கண் நின்றொழுகு வான்.

இது தோழியை நோக்கித் தலைவி கூறியது. தலைவனுடைய பிரிவினால் துன்புற்ற தலைவி சொல்கிறாள்; 'என் காதலருடைய பிரிவினால் நான் துன்புறுகிறேன். அவர் துன்புறுவதில்லை போலும்!' என்னிடம் காமத்தை உண்டாக்கி இந்தத் துன்பத்தைத் தருபவன் காமன். அவன் என் காதலர்பாலும் இத்தகைய துன்பத்தை உண்டாக்காமல் பட்சபாதத்துடன் இருக்கிறான். அவருக்கும் துன்பம் உண்டானால் என்னைப் பிரிந்திருப்பதை விட்டு வந்து சேர்வார். அப்படி வாராமையினால் காமன் எனக்கு மட்டும் இந்த வருத்தத்தை உண்டாக்குகிறான் என்று தோன்றுகிறது. கடவுளாக உள்ள காமன் இப்படி ஒரு பட்சமாக நின்று ஒழுகுவது முறையாகுமா? அப்படித் தான் செய்வதனால் எனக்கு உண்டான துன்பத்தையும் வருத்தத்தையும் காணமாட்டானோ? கண்டால் கருணை பிறக்குமே!' என்ற எண்ணத்தோடு இவ்வாறு கூறுகிறாள் தலைவி.

'காமன் ஒருவரிடத்தே நின்று போர் செய்கிறான்; அவன் எனக்கு உண்டான துன்பத்தையும் வருத்தத்தையும் காணானோ?' என்பது பாட்டின் பொருள்.

'விழைவும் வெறுப்பும் இன்றி எல்லார் கண்ணும் நிகழ்ந்தன அறிதற்குரிய கடவுளும் என்கண் வேறு பட்டான்; இனியான் உய்யுமாறு என்னை என்பதாம். என்று பரிமேலழகரும், 'நமது

தடுமாற்றமும் நாம் உறுகின்ற துன்பமும் காணானோ? காண்பானாயின், நம்மை வருத்தானே, தெய்வமாகலான்' என்று மணக் குடவரும் எழுதியுள்ளார்.

காமன் தெய்வம் என்பதும், நடுநிலையும் கருணையும் உடைமை தெய்வத்தின் இயல்பு என்பதும் இந்தக் குறளால் உய்த்துணரப் பெறுகின்றன. 'காமன் ஒருவர் கண் நின்று ஒழுகுவான்' என்று பொதுவாகச் சொன்னாலும், அவன் ஒழுகுதலாவது, தனக்குத் துன்பம் உண்டாகும்படி செயல் செய்வதே என்பது, 'பருவரலும் பைதலும் காணான்கொல்' என்பதனால் தெளிவாகும்.

அறத்தைத் தெய்வமாகக் கொள்வது ஒரு மரபு.

அறக் கடவுள், தர்மதேவதை என்று சொல்வார்கள். திருக்குறளில் அறக் கடவுள் சில இடங்களில் காட்சி தருகிறது. அன்பு இல்லாதவர்களை அறக்கடவுள் ஒறுக்கிறது; கோபம் இன்றிக் கற்று அடங்கியவனுக்கு நலம் செய்ய அவன் செல்லும் வழியில் அவன் வரும் செவ்வி பார்த்து நிற்கிறது; பிறனுக்குக் கேடு சூழ்பவனுக்குக் கேடு பயக்கிறது.

என்பி லதனை வெயில்போலக் காயுமே
அன்பி லதனை அறம். *(77)*

'எலும்பு இல்லாத புழுவை வெயில் காய்ந்து வருத்துவதைப்போல, அன்பு இல்லாத உயிரை அறக் கடவுள் வருத்தும்' என்பது பொருள். எலும்பு இல்லாத புழுவை வெயில் தனியே கொடுமை செய்து வருத்துவதில்லை. எல்லா இடங்களிலும் வீசுவதுபோல நடுநிலையில் நின்று அது வீசுகிறது. ஆயினும் தன்னுடைய வலியின்மையால் புழு அதனைத் தாங்காமல் மாய்கிறது. அவ்வாறே அறக்கடவுள் நடு நிலையில் நின்று தன் ஆணையைச் செலுத்துகிறது. அன்பு இல்லாத உயிர்கள் அவ்வாணைமுன் நிற்கமாட்டாமல் ஒழிகின்றன.

அன்பு உள்ளாரை அறம் காய்வது இல்லை என்ற பொருளும் இதனால் பெறப்படுகிறது.

கதம்காத்துக் கற்றடங்கல் ஆற்றுவான் செவ்வி
அறம்பார்க்கும் ஆற்றின் நுழைந்து. *(130)*

அறக் கடவுள் யாரிடம் சேரலாம் என்று ஏங்கி நிற்கிறதாம். எவன் சினத்தை அடக்கினவனோ, எவன் நன்கு கற்று அடக்கத்திற் சிறந்து நிற்கிறானோ அவன் வருகிறான் என்று தெரிந்து, அவன் வரும் வழியில் காலம் பார்த்து நிற்குமாம்.

இப்பெற்றியானை அறம் தானே சென்று அடையும் என்பதாம்' என்று பரிமேலழகர் இக்குறளின் கருத்தை உரைப்பார்.

தீயாருக்குத் தீங்கு விளையக் காரணமாகும் அறக் கடவுள், நல்லாருக்கு நன்மை செய்யும் என்ற உண்மையை இந்த இரண்டு குறள்களாலும் தெரிந்து கொள்ளலாம்.

மறந்தும் பிறன்கேடு சூழற்க; சூழின்
அறம்சூழும் சூழ்ந்தவன் கேடு. *(204)*

தீவினை அச்சம் என்னும் அதிகாரத்தில் வருவது இக் குறள். ஒருவன் பிறனுக்குக் கேடு உண்டாக்கும் காரியத்தை மறந்தாவது எண்ணக் கூடாது; அப்படி எண்ணினால் அவனுக்குத் தீங்கு உண்டாக்கும் காரியத்தை அறக்கடவுள் எண்ணும்' என்பது இதன் பொருள்.

பிறனுக்குத் தீங்கு புரிய எண்ணுவதே அறத்திற்கு மாறுபாடானது. அவ்வாறு எண்ணுபவனுக்கு அறக் கடவுளின் தண்டனை கிடைக்கும் என்று இந்தக் குறளால் கூறினார்.

அறக் கடவுள் நடுநிலையில் நிற்பது என்பதும், நன்மை செய்வார்க்கு நன்மை தந்து, தீமை செய்வார்க்குத் தீமை விளையக் காரணமாவதென்பதும் இவற்றால் புலனாகின்றன.

வானோர்

இம்மை, மறுமை, வீடு என்று மூன்று நிலைகளைச் சொல்வது ஒரு மரபு. இம்மை என்பது இந்த உலக வாழ்வு; மறுமை என்பது இந்த உலக வாழ்வுக்குப் பிறகு அமையும் வாழ்வு. அந்த வாழ்வு சொர்க்க இன்ப வாழ்வாகவும் இருக்கலாம்; நகரத் துன்ப வாழ்வாகவும் இருக்கலாம். அதன்பின் மீண்டும் இங்கே வந்து உயிர் பிறக்கும்; அல்லது வீட்டை அடையும். வீடு என்பது மீட்டும் பிறப்பு இறப்புக்களில் அகப்படாமல் என்றும் மாறாமல் உள்ள இன்ப வாழ்வு. இதையே மோட்சமென்றும் முக்தியென்றும் சொல்வார்கள். இவ்வுலகில் நல்வினை செய்தவர்கள் தேவ லோகத்தில் சொர்க்க இன்பம் பெற்று நல்வினைப் பயன் முடிந்தபின் வீடு பெறுவார்கள். சொர்க்கத்தைத் துறக்கமென்றும் வானுலகு என்றும் சொல்வது வழக்கம். வானுலகத்துக்கு அப்பால் வீடு என்ற நிலை இருப்பதைத் திருவள்ளுவர் கூறுகிறார்.

யானென தென்னும் செருக்கறுப்பான் வானோர்க்
குயர்ந்த உலகம் புகும். ***(346)***

என்பதில் 'வானோர்க்கு உயர்ந்த உலகம்' என்பது வீட்டைக் குறித்து நிற்கிறது. 'வானோர்க்கும் எய்தற்கரிய வீட்டுலகம்' என்பது சொற்பொருள்.

இந்த உலகத்துக்கும் வீட்டுலகத்துக்கும் இடையே இன்ப வாழ்வை உடையதாக இருப்பது அமரருலகு.

அங்கே வாழ்கிறவர்கள் தேவர்கள். அமரருலகைப் பற்றியும் பல செய்திகளைத் திருவள்ளுவர் சொல்கிறார். புண்ணியம் புரிந்தவர்கள் அந்தப் புண்ணியப் பயனை நுகரத் துறக்கம் செல்வார்கள் என்பது ஒரு நம்பிக்கை.

"புண்ணியம் புரிவோர் புகுவது துறக்கம் என்னுமீ தருமறைப் பொருளே'

என்பது கம்பர் வாக்கு. புண்ணியம் என்பது நல்வினை. நல்வினை பல வகைப்படும். திருவள்ளுவர், இன்னது செய்தார் அல்லது இன்னபடி வாழ்ந்தார் துறக்கம் அடைவார். என்று பல குறள்களில் சொல்கிறார்.

கற்புடைய பெண்டிரும், விருந்து ஓம்புவாரும், அடக்க முடையவரும், பிறர் பொருளைத் திருடாதவரும் தேவருலகத்தை அடைவார்கள் என்கிறார்.

பெற்றாற் பெறிற்பெறுவர் பெண்டிர் பெருஞ்சிறப்புப்
புத்தேளிர் வாழும் உலகு. *(58)*

பெண்கள் தம்மை மனைவியராகப் பெற்ற கணவனை வணங்கி அவனைத் தம் வசமாகப் பெற்றாரானால் தேவர்கள் வாழும் உலகின்கண் அவர்களால் பெருஞ் சிறப்பினைப் பெறுவார்கள்.

செல்விருந் தோம்பி வருவிருந்து பார்த்திருப்பான்
நல்விருந்து வானத் தவர்க்கு. *(86)*

(தம்மிடம் வந்து செல்லும் விருந்தினரை உபசரித்து வழியனுப்பிவிட்டுப் பின்பு வரும் விருந்தினர்களை எதிர் பார்த்து நிற்கும் இல்வாழ்வான் மறுபிறப்பில் தேவலோகத்தில் உள்ள அமரர்களுக்கு நல்ல விருந்தினன் ஆவான்.

அடக்கம் அமரருள் உய்க்கும்; அடங்காமை
ஆரிருள் உய்த்து விடும். *(121)*

அடங்கியிருக்கும் இயல்பு ஒருவனைத் தேவருலகத்துக்குச் செலுத்தும்; அடங்காமையோ தங்குவதற்கரிய இருள் நிரம்பிய நரகத்தில் செலுத்தும்.]

கள்வார்க்குத் தள்ளும் உயிர்நிலை; கள்ளார்க்குத்
தள்ளாது புத்தேள் உலகு. *(290)*

[களவினைச் செய்பவருக்கு உடம்பும் தவறும்; களவு செய் யாதவருக்குத் தேவருலகமும் தவறாது.)

மனிதர்களைவிடத் தேவர்கள் உயர்ந்தவர்கள். ஆதலின் யாரையேனும் சிறப்பித்துச் சொல்லும் போது அவர்களுக்கு உவமையாகத் தேவர்களைச் சொல்வார்கள்.

வையத்துள் வாழ்வாங்கு வாழ்பவன் வானுறையும்
தெய்வத்துள் வைக்கப் படும் *(50)*

என்ற குறள், வாழும் வகையில் செம்மையாக இவ்வுலகத் தில் வாழும் ஒருவனை வானுலகில் வாழும் தேவருள் ஒரு வனாக எண்ணி மதிப்பார்கள் என்று கூறுகிறது. அப்படியே கேள்விச் செல்வம் உடையவர்களும் தேவர்களோடு ஒப்ப மதிக்கப் பெறுவார்கள் என்று ஒரு குறள் கூறுகிறது.

செவியுணவிற் கேள்வி யுடையார் அவிஉணவின்
ஆன்றாரோ டொப்பர் நிலத்து. *(413)*

செவியுண வாகிய கேள்வியினை உடையார் நிலத்தின் கண்ணர் ஆயினும் அவி உண்வினையுடைய தேவரோடு ஒப்பர் என்று பரிமேலழகர் இதற்கு உரை கூறி, 'துன்பம் அறியாமையான் தேவரோடு ஒப்பர் என்று கூறினார்' என்று விளக்குவார்.

நிலவரை நீள்புகழ் ஆற்றின் புலவரைப்
போற்றாது புத்தேள் உலகு *(234)*

என்பது ஒரு குறள். ஒருவன் இந்த நிலவுலகத்தின் எல்லையில் இறவாமல் நீண்டு நிற்கும் புகழ் உண் டாகும்படி செய்வானாயின், தேவருலகம் அவனை மதிக்குமேயன்றித் தன்னை அடைந்த ஞானிகளை மதியாது என்பது இதன் பொருள். இங்கே தேவர்களும் போற்றும் வகையில் வாழும்

வாழ்வு ஒன்று உண்டு என்பதைக் குறிக்கிறார் வள்ளுவர், அதன் வாயிலாகத் தேவர்கள் போற்றுவது ஒருவனுடைய பெருமைக்குத் தலை யளவு என்ற கருத்தையும் புலப்படுத்துகிறார். புகழும், புத்தேளுலகு போற்றுதலும் ஒருங்கே கிடைத்தலைச் சொல்கிறார்.

வேறு ஒரு குறளில் புகழ் இம்மையிலும் புத்தேளுலகு மறுமையிலும் பெறுவதற்குரியவை என்பதை எதிர் மறை வாயிலாகக் குறிப்பிக்கிறார். மானம் இழந்து தன்னை இகழ்வார் பின்னே சென்று வழிபட்டு நிற்றல் மிகவும் இழிவானது. மனிதன் புகழுக்காக ஒன்று செய்யவேண்டும்; இல்லையானால் அமரருலக வாழ்வுக்காகவாவது ஒன்று செய்யவேண்டும். மானம் இழந்து நிற்றலால் இந்த இரண்டுமே இல்லையாகி விடும். அப்படி இருக்க,அத்தகைய செயலைச் செய்வது ஏன்?- இப்படி ஒரு கேள்வியைக் கேட்கிறார். திருவள்ளுவர்.

புகழ்இறாறால்; புத்தேள்நாட்டு உய்யாதால்; என்மற்று
இகழ்வார்பின் சென்று நிலை. ***(966)***

[மானத்தை விட்டுத் தன்னை அவமதிப்பார் பின்னே ஒருவன் சென்று நிற்கின்ற நிலை, இவ்வுலகத்துப் புகழ் பயவாது; ஏனைப் புத்தேள் உலகத்துச் செலுத்தாது; இனி அவனுக்கு அது செய்வது யாது?]

இங்கே புத்தேள் நாடு செல்வது சிறப்பு என்ற கருத்துக் குறிப்பாக அமைந்திருக்கிறது.

புத்தேள் உலகத்தும் ஈண்டும் பெறலரிதே
ஒப்புரவி னல்ல பிற ***(213)***

என்ற குறள் தேவருலகத்தில் மிகச் சிறந்தவற்றைக் காணலாம் என்னும் கருத்தைத் தன்னுட் பொதிந்து கொண்டு நிற்கிறது. தேவலோகத்திலும் இதைக் காண முடியாது என்று சொல்லும்போது அந்த உண்மை தேவலோகத்தின் சிறப்பைக் காட்டுகிற தல்லவா?

தேவலோகம் சிறந்த போகத்தைத் தருவது.

புலத்தலிற் புத்தேள்நாடு உண்டோ, நிலத்தொடு
நீர்இயைந் தன்னா ரகத்து. *(1323)*

[நிலத்தோடு நீர் கலந்தாற் போன்ற ஒற்றுமையை உடைய காதலரிடம் ஊடல் கொள்வதைப் போல, நமக்கு இன்பம் தரும் தேவருலகம் உண்டோ?]

உவமை சொல்லும்பொழுது உயர்ந்த பொருளையே எடுத்துக் கூறவேண்டும். தாமரை போன்ற முகம் என்னும்போது முகத்தைக் காட்டிலும் சிறந்தது தாமரை என்ற உண்மையை அடிப்படையாகக் கொண்டே அந்த உவமை எழுகிறது.

"உயர்ந்ததன் மேற்றே உள்ளுங் காலை" என்று உவமையின் லக்கணத்தைத் தொல்காப்பியம் கூறுகிறது. ஆதலின் இங்கே புலவியின்பின் வரும் இன்பத்தைச் சொல்ல வந்த தலைவி, அது தேவருலகத்திற் பெறும் இன்பத்தினும் சிறந்ததென்று சொல்கிறாள். தேவருலக இன்பமே எல்லா வகை இன்பத் துக்கும் அளவு கோலாக நிற்றலை அவள் கூற்றுக் காட்டுகிறது.

பெண்வழிச் சேறல் என்னும் அதிகாரத்தில் வரும் குறள் ஒன்றில், 'எவ்வளவு பெரியவனாக இருந்தாலும் பெண் வழிச் செல்கிறவனுக்குப் பெருமை இல்லை' என்பதைச் சொல்கிறது.

இமையாரின் வாழினும் பாடிலரே, இல்லாள்
அமையார்தோள் அஞ்சு பவர். *(906)*

[தம் மனைவியினுடைய மூங்கிலைப் போன்ற தோளுக்கு அஞ்சுகிறவர்கள் தேவர்களைப் போல வாழ்ந்தாலும் பெருமை இல்லாதவ ராவார்கள்.]

இங்கே மிக்க பெருமையோடு வாழ்பவர் என்பதை? குறிக்க, 'இமையாரின் வாழினும்' என்கிறார். ஆதலின் தேவராக

வாழ்வது பெருமைப்பட வாழ்வதற்குத் தலையளவு என்பது புலனாகிறது.

எல்லா வகையாலும் சிறந்த வாழ்வை உடைய தேவர்கள் சுதந்தரம் உடையவர்கள்; தாம் விரும்பியதை விரும்பியவாறே செய்யும் உரிமையும் ஆற்றலும் பெற்றவர்கள். இதைக் கயமை என்னும் அதிகாரத்தில் வரும் ஒரு குறள் புலப்படுத்துகிறது. இழிகுணம் உடையவர்களாகிய கயவர்களைப்பற்றிக் கிண்டலாகப் பேசும் குறள் அது.

"கயவர் தேவர்களைப் போன்றவர்கள். ஏன் தெரியுமாக் தேவர்கள் தம் மனத்துக்கு விருப்பமானதைச் செய்வார்கள். கயவரும் அப்படித்தான் செய்கிறார்கள்' என்கிறார்.

தேவர் அனையர் கயவர்; அவரும் தாம்
மேவன செய்தொழுக லான். *(1370)*

தேவர்கள் தாம் விரும்புவனவற்றைச் செய்து வாழ்கிறவர்கள் என்ற உண்மையை உளம் கொண்டு பாடியது இது.

இத்தகைய தேவர்களை உலகத்தினர் வழிபடுகிறார்கள். கோயில் கட்டிப் பூசை செய்கிறார்கள். நாள் தோறும் செய்வதற்குப் பூசை என்றும், சில சிறப்பான காலங்களில் செய்வதற்கு விழா என்றும் பெயர். இவற்றை முறையே நித்தியம் என்றும் நைமித்திகம் என்றும் வடமொழியில் சொல்வார்கள். விழாவெடுத்தும் பூசனை ஆற்றியும் தேவர்களை வழிபடுவது அவசியம் என்பது திருவள்ளுவர் கொள்கை. மழை வளம் உலக வாழ்வுக்கு இன்றியமையாதது என்று சொல்ல வந்த அவர், 'மழை இல்லாவிட்டால் தேவர்களுக்கும் விழாவும் பூசையும் நடவா' என்கிறார்.

சிறப்பொடு பூசனை செல்லாது, வானம்
வறக்குமேல் வானோர்க்கும் ஈண்டு. ***(8)***

"தேவர்கட்கும் இவ்வுலகில் மக்களால் செய்யப்படும் விழாவொடு கூடிய பூசை நடவாது, மழை பெய்யாதாயின்"

என்பது பரிமேலழகர் உரை. 'மழை பெய்யாக்கால் வரும் குற்றம் கூறுவார் முற்பட நான்கு வகைப்பட்ட அறங்களில் பூசை கெடும் என்றார்' என்று மணக்குடவர் எழுதினார்.

"மண்ணின்மிசை வான்பொய்த்து நதிகள் தப்பி
மன்னுயிர்கள் கண்சாம்பி உணவு மாறி
விண்ணவர்க்கும் சிறப்பில்வரும் பூசை யாற்றா
மிக்கபெரும் பசியுலகில் விரவக் கண்டு"

என்று சேக்கிழார் இந்தக் கருத்தை எடுத்து ஆள்கிறார்.

எரியோம்பி வேள்வி செய்து அவிவழங்கித் தேவர்களை வழிபடுவது ஒரு முறை. அவ்வாறு வேள்வியிற் கொடுக்கும் அவியையே உணவாகக் கொள்பவர்கள் அவர்கள். செவிச் செல்வமாகிய கேள்வியை உடையவர்களின் சிறப்பைச் சொல்ல வந்த திருவள்ளுவர், அவர்கள், 'அவியுணவின் ஆன்றாரோடு ஒப்பார் நிலத்து' (413) என்றார். 'அவியாகிய உணவைப் பெறும் பெரியோர்' என்று தேவர்களைச் சொல்கிறார். செவிச் செல்வம் உடையாரின் சிறப்பைக் குறிக்கத் தேவர்களை உவமையாக்குகிறார். ஆதலின் தேவர்கள் சிறப்புடையவர்கள் என்ற எண்ணத்தோடு சொல்கிறார். அவ்வாறு சொல்லுகையில் அத்தேவருக்குரிய அடைகளும் அவர்களின் சிறப்புக்குக் காரணமாகவே இருக்க வேண்டும். தேவர்கள் அவியுணவு கொள்பவர்கள் என்பது அவர் களைச் சிறப்புத் தோன்றக் கூறியதேயன்றி வேறு ஆகாது. ஆகவே, அவியுணவு கொடுத்தலும் சிறப்பு என்னும் உண்மையும் அதனோடு இணைந்து புலனாகிறது.

தேவர்களை அமரர், ஆன்றோர்,இமையார், தேவர், புத்தேளிர், வானோர், விசும்புளார் என்னும் சொற்களால் கூறுவர் திருவள்ளுவர்.

இதுவரையில் கூறியவற்றால் தேவருலகம் இன்ப வாழ்வை உடையதென்றும், நல்வினை செய்வார் அவ்வுலக வாழ்வு பெறுவாரென்றும், அவ்வாழ்வு மிகச் சிறந்ததென்றும், பெருமைக்கும் இன்பத்துக்கும் உவமையாக எடுத்தாளும்

உயர்வுடையதென்றும், அதற்கும் மேற்பட்டது வீடென்றும் அறிந்துகொள் ளலாம். தேவர்கள் நல்லவர்களைத் தம் உலகத்துக்கு வரவேற்பவர்கள் என்பதும், சுதந்தர வாழ்வுடையவர். என்பதும், இவ்வுலகத்தார் எடுக்கும் விழாவும் செய்யும் பூசையும் உடையவர் என்பதும், வேள்வியில் தரும் அவியுணவைப் பெறுபவர் என்பதும் தெரியவருகின்றன.

கடவுளையும் தெய்வங்களையும் தேவர்களையும் பற்றித் திருவள்ளுவர் கூறிய செய்திகளைப் பார்த்தோம். அணங்கு, தென்புலத்தார் என்று வேறு சிலரை அங்கங்கே அவர் குறிக்கிறார்.

மோகினிப் பிசாசு என்று ஒன்று இருப்பதாகவும் அது ஆடவனைப் பற்றினால் அவன் சோர்ந்து போவா னென்றும் நாட்டு மக்கள் சொல்வதுண்டு. அது போன்று தாக்கணங்கு என்ற தெய்வம் ஒன்று உண்டு. தீண்டி வருத்தும் தெய்வம் என்று அதைச் சொல்வார்கள்.

ஆயும் அறிவினர் அல்லார்க் கணங்கென்ப
மாய மகளிர் முயக்கு (918)

அணங்குகொல் ஆய்மயில் கொல்லோ கனங்குழை மாதர்கொல்
மாலும்என் நெஞ்சு (1081)

என்று அதனை அணங்கு என்றே திருவள்ளுவர் கூறுவார். முதலில் உள்ள குறளின் உரையில் 'அணங்கு காம நெறியான் உயிர் கொள்ளும் தெய்வ மகள்' என்று பரிமேலழகர் எழுதினார். பரத்தையருடைய பழக்கம் தாக்கணங்கு தாக்கியதை ஒக்கும் என்பது குறளின் கருத்து. இரண்டாவது குறள், தலைவியை முதல் முதலிலே கண்ட தலைவன் அவளை ஐயுற்றுக் கூறியது. அழகு மிகுதியாக இருத்தலாலும், தன்னை வருத்தியதாலும், 'அணங்கோ?' என்று ஐயுற்றான்.

ஒரு குறளில் தாக்கணங்கு என்னும் தொடரையே ஆளுகிறார்.

தலைவி தன்னைப் பார்த்தபோது அப்பார்வை தன்னை வருத்தியதாகச் சொல்கிறான் தலைவன்.

நோக்கினாள் நோக்கெதிர் நோக்குதல் தாக்கணங்கு
தானைக்கொண் டன்ன துடைத்து. *(1082)*

'இந்த அழகி நான் தன்னைப் பார்த்தவுடன் அதன் எதிரே என்னைப் பார்க்கும் பார்வை, தாக்கி வருத்தும் இயல்பையுடைய அணங்கு ஒரு சேனையையும் துணைக்குக் கொண்டு வந்தாற் போன்ற தன்மையை உடையதாக இருக்கிறது' என்பது இதன் பொருள். தாக்கும் இயல்புடைய அணங்காதலின் அதற்கு இப்பெயர் வந்தது.

"தாக்கணங் காவ தெவன்கொல் அன்னாய்" என்று ஐங்குறுநூற்றிலும், "தாக்கணங் கனையார் நோக்குவலைப் பட்டு" என்று சிலப்பதிகாரத்திலும் இப்படியே வேறு பல நூல்களிலும் தாக்கணங்கைப் பற்றிய செய்திகள் வருகின்றன.

தென்புலத்தார் என்ற ஒரு வகையினரைத் திரு வள்ளுவர் குறிக்கிறார். பிதிரர் என்றும் பிதிர்த் தேவதைகள் என்றும் கூறப்பெறுபவர்கள் அவர்கள்.

தென்புலத்தார் தெய்வம்
விருந்தொக்கல் தான் என்றாங்
கைம்புலத்தா றோம்பல் தலை. *(43)*

'பிதிரராவார் படைப்புக் காலத்து அயனாற் படைக்கப் பட்டதோர் கடவுட் சாதி; அவர்க்கு இடம் தென்திசை யாதலின், தென்புலத்தார் என்றார்' என்று பரிமேலழகர் விளக்கம் கூறுகிறார். முன்னோர்களை நோக்கிச் செய்யும் கடன்களாலாய பயன்களை அவர்களுக்கு உரியனவாகச் செய்யும் அதிகாரமுடையவர்கள் இவர்கள் என்பார்கள்.

முடிந்த நிலை

தேவர்கள் வாழும் வானுலகம் இப்பிறவியில் நல்வினை செய்வாருக்கு உரியது என்பதைப் பல குறள்களில் திருவள்ளுவர் சொல்வதைப் பார்த்தோம். அது இந்த உலகத்தினும் சிறந்தது; மேன்மை உடையது; மேலே இருப்பதாகக் கற்பனை பண்ணப்படுவது; ஆதலின் அதனை மேலுலகம் என்றும் சொல்வர்.

மேலுலகம்
இல்லெனினும் ஈதலே நன்று *(222)*

என்ற குறளில் புண்ணியத்தின் பயனாகக் கிடைக்கும் சொர்க்கத்தை மேலுலகம் என்றார் திருவள்ளுவர்.

நல்வினை செய்தவர்கள் புத்தேளுலகைப் பெறுவது போலத் தீவினை செய்தவர்கள் நரகம் பெறுவார்கள் என்பது இந்த நாட்டுச் சமயங்களின் நம்பிக்கை. நரகத்தை நிரயம் என்றும் சொல்வர். அது துன்பம் நிறைந்தது, இருள் நிரம்பியது என்று நூல்கள் கூறும். நரகங்கள் பலவென்றும், ஒவ்வொன்றிலும் ஒவ்வொரு வகையான துன்பத்தை உயிர்கள் அனுபவிக்கும் என்றும் புராணங்கள் பேசுகின்றன.

சொர்க்கத்துக்கு எதிர்த்தட்டிலே நரகம் ஒன்று உண்டு என்பதைத் திருவள்ளுவரும் கூறுகிறார். சொர்க்கம் இன்பமே நிரம்பியது; நரகம் துன்பமே நிறைந்தது; இவ்வுலகம் இன்பமும் துன்பமும் கலந்தது.

பலவகை நற்செயல்களை இவ்வுலகிலே செய்தவர்கள் தேவலோக வாழ்வில் இன்பம் பெறுவார்கள் என்று சொன்ன திருவள்ளுவர், பல வகையான தீய செயல்களைப் புரிந்தவர்கள் நரக வாழ்வில் துன்பம் அடைவார்கள் என்றும்

சொல்கிறார். நல்லவற்றைச் செய்து தீயவற்றை விலக்க வேண்டும் என்று சொல்லும் சிறந்த நீதிநூல் திருக்குறள். தீயவற்றை விளக்குதற்குரிய காரணங்களைச் சொல்லும்போது, இம்மையில் பழியையும் துன்பத்தையும், பிறகு நரகத் துன்பத்தையும் அவை உண்டாக்கும் என்று சொல்கிறார்.

நரகத்தை ஆரிருள், தீயுழி, இருள் சேர்ந்த இன்னா உலகம், அளறு என்று வள்ளுவர் கூறுகிறார். நரகத்தைப் பெறுகிறவர்கள் யார் யார்?

அடக்கத்தின் பெருமையைச் சிறப்பிக்க வந்தவர் அதை உடையவர் தேவருலக வாழ்வு பெறுவர் என்று கூறியதோடு, எதிர்மறை முகத்தால் அடங்காதவர் நரக வாழ்வு பெறுவர் என்கிறார்.

அடக்கம் அமரருள் உய்க்கும்; அடங்காமை
ஆரிருள் உய்த்து விடும். *(121)*

அடங்காத இயல்பு ஆரிருளிற் செலுத்தி விடுமாம். அமரருள் என்று தேவருலகத்தைச் சுட்டியவர் அதற்கு எதிராகிய நரகத்தை ஆரிருள் என்றார். ஆர் இருள்- பாவம் தங்குதற்குரிய இருள். இருள் என்பது ஓர் நரக விசேடம்' என்று பரிமேலழகர் உரை எழுதினார். இருள் என்பது அறியாமைக்கும் துன்பத்துக்கும் உரியதாக வழங்கும் சொல். இங்கே, நரகம் இருள் நிரம்பிய இடம் ஆதலின் இருள் என்று சொன்னார். இது பின்னாலே வரும் குறள் ஒன்றால் தெளிவாகும்.

இயல்பாக எல்லா உயிர்களிடத்திலும் கருணையுடன் இருக்கவேண்டும். அந்தக் கருணையையே அருள் என்று கூறுவர். அதன் சிறப்பை அருளுடைமை என்னும் அதிகாரத்தில் வள்ளுவர் கூறியிருக்கிறார். அருள் சேர்ந்த நெஞ்சை உடையவர்கள் நலம் பெறுவர் என்றும், அப் பண்பு இல்லாதவர் துன்பம் உறுவர் என்றும் சொன்னார். அருளுடையார் நலம் பெறுவதோடு, துன்பம் அடைய

மாட்டார் என்றும் கூறி, அதன் பெருமையை எடுத்துக் காட்டுகிறார்.

அருள்சேர்ந்த நெஞ்சினார்க் கில்லை, இருள்சேர்ந்த
இன்னா உலகம் புகல். *(243)*

அந்தக் குறள், 'அருள் செறிந்த நெஞ்சினை உடையார்க்கு, இருள் செறிந்த துன்ப உலகத்துள் புகுதல் இல்லை' என்று சொல்கிறது. இங்கே, 'இருள் சேர்ந்த இன்னா உலகம்' என்றது நரகத்தை. இங்கே இத் தொடரை விளக்க வந்த பரிமேலழகர், 'திணிந்த இருளை யுடைத்தாய்த் தன்கட் புக்கார்க்குத் துன்பம் செய்வதோர் நரகத்தை; அது கீழ் உலகத்துள் ஓரிடமாதலின் உலகம் எனப்பட்டது' என்று எழுதினார். தேவருலகம் ஒளி யுடையது; மேலுலகமாக இருப்பது. அதற்கு எதிரான நரகம் இருள் நிரம்பியது; கீழுலகமாக இருப்பது. நரகங்கள் பல என்பதை எண்ணி, 'துன்பம் செய்வது ஓர் நரகத்தை' என்று பரிமேலழகர் எழுதினார்.

இன்னாமையும் இருளும் நிரம்பியது நரகலோகம் என்பதை மேலே காட்டிய இரண்டு குறள்களும் புலப் படுத்துகின்றன.

அழுக்காற்றின் தீமையைச் சொல்ல வந்தவர்,

அழுக்கா றெனஒரு பாவி திருச்செற்றுத்
தீயுழி உய்த்து விடும் *(168)*

என்று கூறுகிறார். அழுக்காறு ஒருவனுக்கு இம்மையில் செல்வத்தை அழித்து, மறுமையில் நரகத்தில் அழுத்தி விடுமாம். நரகத்தைத் தீயுழி என்கிறார். அதற்குத் தீய இடம் என்பது பொருள்; இங்கே நரகத்துக்காயிற்று. தீயவர் சேரும் இடம், துன்பத்தையே நுகரச் செய்யும் இடம் ஆதலின் இப் பெயர் பெற்றது.

வேறு இரண்டு இடங்களில் நரகத்தை அளறு என்று குறிக்கிறார். புலால் உண்பதனால் விளையும் விளைவையும், பேதைமையால் உண்டாகும் துன்பத்தையும் கூறும்

இடங்கள் அவை.

உண்ணாமை உள்ள துயிர்நிலை; ஊன் உண்ண
அண்ணாத்தல் செய்யா தளறு. *(425)*

'புலால் உண்ணாமையினால் பல உயிர்கள் உடம்பில் நிற்கும் நிலை இருக்கிறது; அந்த நிலை குலையும்படி ஒருவன் ஊனை உண்டால் அவனை விழுங்கிய நரகம் பிறகு உமிழாது' என்பது இதன் பொருள். அண்ணாத்தல்-வாயைத் திறத்தல். புலால் உண்பவன் நரக வாழ்வை நீண்ட காலம் பெறுவான் என்பதையே இந்த முறையில் குறிப்பித்தார். 'ஊன் உண்டவன் அப்பாவத்தான் நெடுங்காலம் நிரயத்துள் அழுந்தும் என்பதாம்' என்று பரிமேலழகரும் கருத்தை விளக் கினார்.

ஒருமைச் செயல்ஆற்றும் பேதை, எழுமையும்
தான்புக் கழுந்தும் அளறு. *(835)*

அறியாமையையுடைய பேதை வரும் பிறவி வகைகளாகிய ஏழிலும் தான் புகுந்து அழுந்தும் நரகத்தை, இந்த ஒரு பிறப்புக்குள்ளே செய்து கொள்ள வல்லவனாவான்' என்பது பொருள். ஏழு பிறவிகளில் செய்த பாவத்தினால் எந்த நரக வாழ்வு கிடைக்குமோ, அந்தக் கொடிய வாழ்வை ஒரு பிறவியிலே செய்த செயலாலே அடைந்து விடுவானாம். அளறு என்ற சொல்லுக்குச் சேறு என்பது ஒரு பொருள். தன்னிடம் அகப்பட்டார் மீள முடியாதபடி மேலும் மேலும் அழுந்தச் செய்வதனால் நரகத்தை அளறு என்றார். இக்குறளில் 'அழுந்தும் அளறு' என்று சொன்னது இதனைப் புலப் படுத்தும்.

ஒளியற்றது, இருள் நிரம்பியது, துன்பம் நிறைந்தது, தீயது, தன்பால் வந்தவர்களை எளிதில் வெளி விடாதது, மேலும் மேலும் ஆழப் பண்ணுவது என்ற நரகத்தின் இயல்புகளைத் திருக்குறளின் வாயிலாக நாம் உணர்கிறோம்.

மூவுலகம் என்பது ஒரு வழக்கு. இதை, "முப் புணர் அடுக்கு" என்று புறநானூறு கூறுகிறது.

மேல், நடு,கீழ் என்ற மூன்றையும் குறிப்பது அது. தேவருலகாகிய சொர்க்கம் மேல் இருப்பது; நாம் வாழும் நிலவுலகம் இடையில் இருப்பது; நரக லோகம் கீழே இருப்பது. உலகில் பிறந்த உயிர்கள் பல பல செயல் களைச் செய்கின்றன. நற்செயல்களையும் தீய செயல் களையும் புரிகின்றன. நல்வினைகள் மிகுதியானால் சொர்க்க பதவியையும், தீவினைகள் மிகுதியானால் நரகத் துன்பத்தை யும் பெறும். இரு வினைகளும் கலந்திருந்தால் நிலவுலகில் பிறந்து இன்ப துன்பத்தை நுகரும். சொர்க்கமும் நரகமும் அநுபவத்திற்கே உரியவை. நிலவுலகம் அநுபவத்துக்கும் செயலுக்கும் உரியது. உயிர் இந்த மூன்று உலகங்களிலும் சென்று சென்று உழன்றுகொண்டே இருக்கும்.

"உருமாறிப் பவக்கடல்வீழ்ந் தூசலெனத் தடுமாறி உழலும் மாக்கள்"

என்று ஒரு புலவர் கூறுகிறார்.

உயிரின் வாழ்க்கைப் பயணம் நிற்பதே இல்லை. இந்த மூன்று உலகங்களிலும் புகுந்து புகுந்து புறப்படுகின்றது. அறியாமையினின்றும் நீங்கிப் பற்றற்று இரு வினை களிலிருந்தும் நீங்கினால் இந்த மூன்று உலகங்களின் வாழ்வினின்றும் உயிர் நீங்கி விடுதலை பெறும். இன்ப துன்பங்களை நுகரும் நுகர்ச்சி இருக்கும் வரையில் உயிருக்குப் பிறப்பு உண்டு. பிறப்பு - இறப்பு, இன்பம்- துன்பம், செயல் - நுகர்ச்சி, போக்கு-வரவு, இரவு-பகல், அறிவு - அறியாமை, நன்மை-தீமை முதலிய இரட்டைகளி னின்றும் விடுபட்ட உயிருக்குச் சொர்க்கம், நிலவுலகம், நரகம் என்ற மூன்று உலகிலும்

உலகிலும் வாழும் வாழ்க்கை இராமற் போய்விடும். அந்த வாழ்க்கையினின்றும் விடுதலை பெறுவதே வீடு. முக்தி என்பதும் அதுதான்.

முக்தி என்னும் நிலை உயிருக்கு முழுமை தருவது. இன்பத்துக்கும் துன்பத்துக்கும் அப்பாற்பட்ட ஆனந்தத்தை

நுகரும் நிலை அது. இன்ப துன்ப நுகர்ச்சி மனத்தைச் சார்ந்தது. உயிர் முக்தியைச் சாரும்போது மனம் அழிந்துவிடும். ஆகவே, அங்கே நுகர்ச்சியைப் பெறுவது உயிர்.உயிரில் நேரே புகும் இன்பமே வீட்டின்பம். வீட்டின்பத்தின் இயல்பை இந்த நாட்டிலுள்ள சமயத் தினர் வெவ்வேறு வகையிலே சொன்னாலும், அந்த இன்பம் சுகதுக்கங்களுக்கு அப்பாற் பட்டது, உயிரால் நுகரப்பெறுவது என்பதை யாவரும் ஒப்புக்கொள்கின்றனர்.

மனிதன் அடைய வேண்டிய உறுதிப் பொருள்கள் நான்கு. அவை அறம்,பொருள், இன்பம், வீடு என்பன. முடிந்த முடிபாகிய உறுதிப் பொருள் வீடு அல்லது முக்தி.

வீடு என்பது மேலே சொன்ன மூன்று நிலை களுக்கும் அப்பாற்பட்டது. நரகத்தினும் உயர்ந்தது நிலவுலகம்; அதனினும் உயர்ந்தது தேவருலகம்; அதனினும் உயர்ந்தது வீட்டுலகம். அந்த முடிந்த நிலையாகிய வீட்டைப் பற்றிய செய்திகளைத் திருவள்ளுவர் கூறுகிறார்.

திருக்குறள் முப்பால் என்னும் ஒரு பெயரை உடையது. அறம், பொருள், இன்பம் என்னும் மூன்று பால்களை உடையதாதலின் அப்பெயர் பெற்றது. வீட்டுப் பால் என்று தனியே அவர் கூறவில்லை. ஆயினும் வீட்டு நெறியைப்பற்றி அடியோடு கூறாமல் விட்டுவிடவும் இல்லை. 'வீடு என்பது சிந்தையும் மொழியும் செல்லா நிலைமைத்து ஆதலின், துறவறமாகிய காரணவகையால் கூறப்படுவ தல்லது இலக்கண வகையால் கூறப்படாமையின், நூல்களால் கூறப்படுவன ஏனை மூன்றுமேயாம்' என்று பரிமேலழகர் திருக்குறள் உரைப்பாயிரத்தில் எழுதுகிறார். தொல்காப்பியத்துக்கு உரை எழுதிய நச்சினார்க்கினியர் ஓரிடத்தில், தொல்காப்பியர் வீடு கூறாரோ எனின், அகத்தியனாரும் தொல்காப்பியனாரும் வீடு பேற்றுக்கு நிமித்தம் கூறுதலன்றி, வீட்டின் தன்மை இலக்கணத்தால் கூறார் என்று உணர்க.

இக்கருத்தானே வள்ளுவனாரும் முப்பாலாகக் கூறி மெய் உணர்தலான் வீடு பேற்றுக்கு நிமித்தம் கூறினார்' என்று உரைத்தார். (தொல்காப்பியம், சிறப்புப்பாயிர உரை.)

ஆகவே திருவள்ளுவர் வீட்டின் இலக்கணத்தைத் தனியே விரித்துக் கூறாவிட்டாலும் அதைப்பற்றிய செய்திகளைச் சொல்லியிருக்கிறார் என்று தெரிகிறது.

வீட்டுலகம் எல்லாவற்றினும் உயர்ந்தது; வானவர் உலகத்தினும் உயர்ந்தது. இந்தக் கருத்துக்களைத் திருக் குறளிற் காணலாம்.

உரன் என்னும் தோட்டியான் ஓரைந்தும் காப்பான் வரன்
என்னும் வைப்புக்கோர் வித்து. *(24)*

'அறிவு என்னும் அங்குசத்தால் ஐந்து பொறிகளாகிய யானைகளை அவை போனவழி போகாமல் தடுத்துக் காப்பவன், எல்லா உலகத்திலும் மேலானது என்று சொல்லப்படும் வீட்டு நிலத்திற் சென்று முளைக்கும் வித்துப் போன்றவன்' என்பது

இதன் பொருள். இங்கே வீட்டை வரன் என்னும் வைப்பு என்றார். வரன் என்பதற்கு மேலானது என்பது பொருள். எல்லாவற்றிற்கும் மேலான நிலை முத்தி யாதலின் இவ்வாறு கூறினார். பொதுவாக மேலுலகம் என்று வானுலகைச் சொல்வது வழக்கம். அந்த மேலுல கத்துக்கும் மேலுலகம் இது என்பதையும் ஒரு குறள் குறிக்கிறது.

யான்என தென்னும் செருக்கறுப்பான் வானோர்க்
குயர்ந்த உலகம் புகும். *(346)*

இதில், 'வானோர்க்குயர்ந்த உலகம்' என்றது வீட்டை. 'வானோர்க்கும் எய்தற்கரிய வீட்டுலகம்' என்று பரிமேலழகரும், 'வானோராகிய கடவுளர்க் கெல்லாம் மேற்பட்ட முழுப் பேரின்பமாகிய முத்தி' என்று காளிங்கரும் எழுதினர்.

தேவருலகு, நிலவுலகு, நரகம் என்னும் மூன்றிலும் சென்று வாழும் உயிர் அந்த அந்த இடத்திலே என்றும் நிலையாக இருப்பதில்லை. புண்ணியப் பயன் மட்டும் சொர்க்கவாழ்வு இருக்கும்; பின்பு நிலவுலகில் உயிர் வந்து பிறக்கும். நரக வாழ்வும் அத்தகையதுதான்; பாவப் பயன் கழிந்தால் மீட்டும் நிலவுலக வாழ்வு வரும். அவ்வாழ்வில் மீட்டும் செய்யும் நல்வினை தீவினைகளுக்கு ஏற்றபடி அதன் பின் உண்டாகும் வாழ்க்கை அமையும். இந்த மூன்று இடங்களில் எங்கும் உயிர் நிலையாகத் தங்காது.

இந்த மூன்று நிலையும் கடந்த வீட்டுலகில் உயிர் புக்கால் மீட்டும் அது பிறவியை அடையாது; அங்கே நிலையாகத் தங்கிவிடும்; அதன் பயணம் முற்றுப் பெறும். மறுபடியும் இங்கே வந்து பிறவாத நிலை அது. இதை.

கற்றீண்டு மெய்ப்பொருள் கண்டார் தலைப்படுவர்
மற்றீண்டு வாரா நெறி ***(356)***

என்ற குறள் சொல்கிறது. 'இம்மக்கட்பிறப்பில் கற்க வேண் டியவற்றைக் கற்று மெய்ப்பொருளை உணர்ந்தவர்கள், மீண்டும் இவ்வுலகத்துக்கு வாராத நெறியாகிய வீட்டை அடைவர்" என்பது பொருள்.

'மீட்டிங்கு வந்து வினைப்பிறவி சாராமே'
(சிவபுராணம்)

என்பது திருவாசகம்.

புக்கில் அமைந்தின்று கொல்லோ உடம்பினுள்
துச்சில் இருந்த உயிர்க்கு ***(340)***

என்னும் குறளில் வீட்டையே புக்கில் என்கிறார். துச்சில் என்பது சில காலம் வாழ்ந்து புறப்படும் இல்லம்; குடியிருக்கும் வீடு. புக்கில் என்பது புகுந்து எப்போதும் வாழும் சொந்த வீடு. 'இந்த உயிர் ஓர் உடம்பை விட்டு மற்றோர் உடம்பிற் புகுந்து மாறி மாறிப் பிறந்து, அடிக்கடி

வீடு மாற்றும் குடித்தனக்காரனைப் போல இருக்கிறதே; இதற்குச் சொந்தமாக எப்போதும் பேராமல் வாழ்வதற்குரிய வீடு ஒன்றும் அமையவில்லை போலும்!" என்று இரங்குகிறார் திருவள்ளுவர். புக்கில் என்பது முத்தித்தானம்' என்று விளக்குவார் மணக்குடவர். முத்தி நிலையைப் பேரா இயற்கை *(370)* என்று ஒரு குறள் கூறும்.

உறுதிப் பொருள்களில் ஒன்றாக. வரும் இன்பம் என்பது ஒருவனும் ஒருத்தியும் தம்முள் ஒன்றுபட்டுப் பெறும் இன்பம். உள்ளமும், உடம்பும் நுகரும் இன்பம் அது. அதனைச் சிற்றின்பம் என்று சொல்வதுண்டு. பேரின்பம் ஒன்று இருத்தலின் அதனை அவ்வாறு கூறுவர். வீட்டின்பந்தான் பேரின்பம். அது இணையற்ற நிரதிசய இன்பம்.

இருள்நீங்கி இன்பம் பயக்கும், மருள் நீங்கி
மாசறு காட்சி யவர்க்கு. *(352)*

இந்தக் குறள், 'அறியாமையினின்றும் நீங்கிக் குற்ற மற்ற மெய்ஞ்ஞானம் பெற்றவர்களுக்கு, அந்த ஞானம் பிறப்பினை நீங்கச் செய்து பேரின்பமாகிய வீட்டை அளிக் கும்' என்னும் பொருளுடையது. மெய் உணர்தல் என்னும் அதிகாரத்தில் வரும் குறள் இது. மெய்யுணர்வாகிய ஞானத்தைப் பெற்றவர்கள் வீட்டின்பம் பெறுவார் கள் என்னும் கருத்தைச் சொல்கிறது இது. இங்கே வீட்டை இன்பம் என்றே சொல்கிறார். 'வீடாவது நிரதிசய இன்பம் என்பது இதனால் பெறப்பட்டதாகப் பரிமேலழகர் குறிக்கிறார்.

எல்லா நிலைகளிலும் மேலானது வீடு என்பதும், அது பெற்றார் சொர்க்கம் நகரம் நிலவுலகம் என்னும் மூன்று நிலைகளையும் அடையார் என்பதும், அங்கே நிலையாக இருப்பார் என்பதும், தேவர்களுக்கும் எட்டாத சிறப்புடையது அது என்பதும், பேரின்பமயமானது என்பதும் முன்னே பார்த்த திருக்குறட்பாக்களால் தெரியவருகின்றன.

உலக வாழ்வு பெற்ற உயிர் முடிந்த முடிபாக வீட் டின்பும் பெறுவதே லட்சியம் என்பது எல்லாச் சமயத்திற்கும் உடம்பாடு. அதனைத் திருவள்ளுவரும் எடுத்துச் சொல்கிறார்.

இதுவரையில் கூறியவற்றால், இவ்வுலக வாழ்வு அமரருலக வாழ்வு, நரக வாழ்வு என்ற மூன்றும் உண் டென்பதும், இவற்றிற்கு மேலாக முடிந்த முடிபான பேரின்ப வாழ்வு தரும் வீடென்பது ஒன்று உண்டு ஏன். பதும் திருவள்ளுவருக்கு உடம்பாடு என்பதைத் தெரிந்து கொள்ளலாம்.

★★★

9 788198 908582

Printed at Repro India Ltd.